എ. പദ്മനാഭൻ

ജനനം കണ്ണൂർ ജില്ലയിൽ കാവുമ്പായി.

കെ.നാരായണൻ മാസ്റ്ററുടേയും എ. കാർത്ത്യായനിയമ്മയുടേയും മകൻ. കാവുമ്പായി ജി.എൽ.പി.എസ്., എള്ളരിഞ്ഞി എൽ.പി.എസ്., മടമ്പം മേരിലാന്റ്, ശ്രീകണ്ഠപുരം ജി.എച്ച്.എസ്., തളിപ്പറമ്പ സർ സയ്യിദ് കോളേജ്, പയ്യന്നൂർ കോളേജ് എന്നിവിടങ്ങളിൽ പഠനം.

വിവിധ പാരലൽ കോളേജുകളിൽ ഗണിതാധ്യാപകൻ. ജില്ലാ സംസ്ഥാന തലത്തിൽ രാഷ്ട്രീയ സാംസ്കാരിക പ്രവർത്തനാനുഭവം. ഒന്നരപ്പതിറ്റാണ്ട് കേരള ട്രാൻസ്പോർട് കമ്പനിയിൽ ജോലി. കൈരളി ബുക്സ്, അകം മാസിക, കേരള ശാസ്ത്ര സാഹിത്യ പരിഷത്ത് പുസ്തകവിഭാഗം എന്നിവയിൽ എഡിറ്ററായും ചാനലിൽ സ്ക്രിപ്റ്റ് റൈറ്ററായും പ്രവർത്തിച്ചു.

പത്രപ്രവർത്തനത്തിലും നാടക തെരുവുനാടകവേദികളിലും ഹ്രസ്വകാലബന്ധം. ആനുകാലികങ്ങളിൽ കവിത, കഥ, ലേഖനങ്ങൾ എന്നിവ പ്രസിദ്ധീകരിക്കപ്പെട്ടിട്ടുണ്ട്.

കൃതികൾ: കാവുമ്പായി കാർഷിക കലാപം (ചരിത്രം), ആകാശത്തിന്റെ കണ്ണാടി, ജൂൺനക്ഷത്രം, വരച്ചു വച്ച വാതിൽ, സൂഫി മറഞ്ഞ നിലാവ് (കാവ്യസമാഹാരങ്ങൾ), മധ്യാഹ്നത്തിന്റെ യാത്രാമൊഴി (ഓർമ), കാൾ മാർക്സ് (ജീവചരിത്രം), ശബരിമല വിചാരണയും വിധിയെഴുത്തും (എഡിറ്റർ), ജെന്നിക്ക് സ്നേഹപൂർവം മാർക്സ് (ജീവചരിത്രം), ആദിമലനാടിന്റെ ചരിത്രം - പ്രഥനാതീരങ്ങളിലൂടെ ഒരു പര്യവേഷണം (ചരിത്രം), കാവുമ്പായി (ചരിത്രം).

വിലാസം : കാവുമ്പായി,
നിടുങ്ങോം പി.ഒ.,
ശ്രീകണ്ഠാപുരം,
കണ്ണൂർ-670 631

മൊബൈൽ : 9495375275

ഇ-മെയിൽ : alorapadmanabhan@gmail.com

Malayalam Language
Chithradarpanam
(Novel)
by
A Padmanabhan

♦

Published in December 2022
by Kairali Books Private Limited
Thalikkavu Road, Kannur.
Ph : 0497-2761200

E-Mail : kairalibooksknr@gmail.com

♦

Cover Design
Prasanth Mangad

86/22-23/Sl.No.1394/300/NS 18.6
ISBN 978-93-93397-24-9

ചിത്രദർപ്പണം

എ പദ്മനാഭൻ

കൈരളി ബുക്സ്

ആമുഖം

ഒരു നോവൽ എഴുതാനുണ്ടെന്ന് അനുഭവകല്പനകൾ പലപ്പോഴാ യി ഓർമിപ്പിക്കുന്നു. ജീവിതം വാഗ്ദാനം ചെയ്ത അങ്ങനെയൊന്ന്, ഈ രചനക്കു ശേഷവും, അകന്നു നിൽക്കുകയാണ്.. എന്നെങ്കിലുമത് എഴുതിയേക്കാം.

രാഷ്ട്രീയം, പ്രണയം, സർഗജീവിതം എന്നിവ കൂടിക്കലരുന്ന ആത്മ ഭൂപടത്തിന്റെ ഭ്രമണവും വിച്ഛേദനവും ആവിഷ്കരിക്കുന്ന ഒരു പദ്ധതി യാണത്.. അതിലേക്ക് വഴിതെളിക്കാവുന്ന ഒരു പരിശീലനമായേ ഈ എഴുത്തിനെ കണ്ടുള്ളു; കാണാവൂ.. സ്വാഭാവികമായ ആശങ്കയാൽ, ര ചന പൂർത്തീകരിച്ചയുടനെ മൂന്നു പേർക്ക് കൈമാറി, നാരായണൻ കാ വുമ്പായി, ഷീലാ ടോമി, ഡോ: രവീണ ശശീന്ദ്രൻ. അവരുടെ വായന ക്കു ശേഷമാണ് പ്രസിദ്ധീകരണത്തിനു കൈമാറാമെന്ന നേരിയ ആ ത്മവിശ്വാസമുണ്ടായത്.

സംഭവിച്ചതും സംഭവിക്കാനിരിക്കുന്നതും അസംഭവ്യമെന്ന മട്ടിൽ മാറ്റി വയ്ക്കപ്പെട്ടതുമെല്ലാം ഒരുമിച്ച് കാലരാശികളിൽ കോർത്തിടുമ്പോൾ, അന ലംകൃതമായ ഒരു ജീവിതം നോവൽശില്പമായി തെളിഞ്ഞു വരാം. ബാഹ്യമായ ഇതിവൃത്തമായാലും ആത്മപ്രമേയങ്ങളിലേക്കു തന്നെ യാവും എഴുത്തിന്റെ ദർശിനി.

ഒരു കഥാപാത്രമായിട്ടാണ് ഇതുവരെ ജീവിച്ചതെന്നു തോന്നുന്നിട ത്താണല്ലൊ ആത്മാംശമുള്ള നോവലിന്റെ ചുരുളഴിയുക. അനുഭവം അത്ത രമൊരു നോവലിന്റെ പണിപ്പുരയായിരുന്നുവോ എന്ന ചോദ്യപ്രഹേളി കയാണ് ശേഷിക്കുന്നത്. സംഭവിച്ചതൊക്കെ സംഭവിക്കാനിരിക്കുന്നതു മാത്രമാണെന്ന ജാഗ്രത്തിലേക്ക് നാം വീണ്ടെടുക്കപ്പെടുമ്പോഴാണ് അ നുഭവങ്ങളുടെ അണിയറ തുറന്നു കിട്ടുക.

സ്വജന്മം വിശിഷ്ടമായ ഒരു കൃതിയല്ലെന്നു വിശ്വസിക്കുന്നവർക്കും ഒരു കഥാപാത്രമെന്ന അതിവിശിഷ്ടമായ പദവി ഇവിടെ നീക്കിവയ്ക്ക പ്പെടുന്നുണ്ട്. എന്നെപ്പോലെ അതിനുമപ്പുറം നിയോഗിക്കപ്പെട്ടവരുണ്ടാ കാം. പ്രേക്ഷകനിരയിൽ നിന്നും അരങ്ങിലേക്ക് അധികപ്പറ്റായി കയറി വന്ന ഒരു കഥാപാത്രത്തിന്റെ ഭാവവും ഭാഷയുമായിരിക്കും അത്തരക്കാ രുടേത്. ജീവിതനാടകത്തെ അസംബന്ധമാക്കാൻ പോന്ന പ്രകൃതം. അ

തിനാൽ രംഗവേദിയിൽ നിന്ന് ഇറങ്ങിപ്പോകാൻ അവർക്ക് സ്വയം കല്പിക്കേണ്ടിയും വരാം.

അത്തരത്തിൽ പ്രേക്ഷകതുല്യരായ കഥാപാത്രങ്ങളെ സംബന്ധിച്ച് ഏറ്റവും അസ്വീകാര്യമായ പ്രമേയം സ്വന്തം കഥ തന്നെയായിരിക്കും. സംഭവങ്ങളുടെ മാത്രമല്ല, അസംഭവ്യതകളുടേയും കേന്ദ്രബിന്ദുവാണ് അവരെങ്കിലും ചരിത്രത്തിന്റെ ഓർബിറ്റിൽ നിന്നും പുറത്തേക്ക് തെറിച്ചുപോയവരാണവർ.

ഇത്തരം പ്രമേയങ്ങളുടെ സാരാംശം തോറ്റവരുടേയോ ജയിച്ചവരുടേയോ കഥയായല്ല, മത്സരിക്കാനേ നിൽക്കാത്തവരുടെ നിലപാടായാണ് കാണേണ്ടത്. അതിന് ആത്മബലിയുടെ വിരലടയാളമുണ്ടാവും. അത്തരത്തിൽ സ്വാധികാരം ശീലിച്ചവർ ജീവിതപാഠങ്ങളുടെ പിമ്പുറം പകർത്തുമ്പോൾ, അതിനോടു തോന്നാവുന്ന പ്രത്യേകമായ അനുഭാവം വിലപ്പെട്ടതാണ്. അവഗണിക്കാനാവാത്തവിധം അനുഭവത്തിലൂടെ സ്വന്തമായി മാറിയ സാമൂഹ്യപ്രതിഛായകൾക്ക് സർഗാത്മകമായി ചെറിയൊരു പാർപ്പിടമൊരുക്കണമെന്ന അഭിലാഷമാണ് ഈ നോവലിന്റേയും ആധാരം.

ഏതോ തിരക്കഥയിൽ ചലിക്കുന്നതുപോലെ യാദൃച്ഛികതകളുടെ സുകൃതമായ പലതരം സന്ദർഭങ്ങളെ പുണർന്നവനാണ് ഞാൻ. ഉദാഹരണത്തിന്, ഈ നോവലിന്റെ പ്രഥമാധ്യായമെഴുതാൻ തുടങ്ങുമ്പോൾ, അതിനെന്തു തലക്കെട്ടുനൽകണമെന്നതുൾപ്പെടെ ഇതിവൃത്തസംബന്ധമായ ആലോചന എന്നെ അലട്ടിയിരുന്നു. ആ നേരത്തു തന്നെ ഞാനുള്ളിടത്തേക്ക് ഇരട്ടസഹോദരികളായ നന്ദനയും നന്ദിതയും കടന്നുവന്നു. 'ഇരട്ടക്കുട്ടികളുടെ കളിപ്പാട്ടം' എന്ന പേരു പതിഞ്ഞത് അങ്ങനെയാണ്. ഇതിനുമുമ്പും ഇരട്ടകളുടെ ജൈവരാശിയുടെ ഇഴമുറുക്കത്തിൽ പെട്ടുപോയതിന്റെ മുദ്രകൾ പേറിയ ഒരാളാണ് ഞാൻ. പിന്നീട് അമ്മ പറഞ്ഞറിഞ്ഞതാണ്, ഞാനും ഗർഭസ്ഥശിശുവായിരിക്കെ 'ഇരട്ട'യായിരുന്നത്രെ! മാസം തികഞ്ഞു നിൽക്കെ, ആശുപത്രിയിൽ നിന്ന് ലഭിച്ചതായിരുന്നു ആ വിവരം.. അത് കേട്ടയുടനെ അച്ഛന്റെ നാടായ മയ്യിൽ നിന്നും കാവുമ്പായിയിലേക്ക്, അമ്മവീട്ടിലേക്ക്, പേമാരികൾക്കിടയിലൂടെ തിരക്കിട്ടെത്തുകയായിരുന്നു. പക്ഷെ, പുറത്തുവന്നപ്പോൾ രണ്ടെന്നു കണ്ടത് മിഥ്യയായി. ഞാനൊരാൾ മാത്രം! അന്നത്തെ വൈദ്യശാസ്ത്രത്തിന്റെ പിഴ.

സംവിധായകനില്ലാത്ത തിരനാടകത്തിലെ ഏകാകിയുടെ റോളിലാണ് മനുഷ്യന്റെ രൂപഘടന. താൻ ഒരു കഥാപാത്രമായിട്ടാണു ജീവിക്കുന്നതെന്നും അതിനു സാക്ഷിയാവാൻ 'ദൈവ'ത്തിനു പോലും സാധിക്കുന്നില്ലല്ലോയെന്നുമുള്ള ബോധ്യത്തിൽ നിന്നാണ് സ്വന്തം രൂപം കൊത്തിയൊരുക്കുന്നത്. ഒരാളെ അയാൾ തന്നെയാണ് രൂപകല്പന ചെയ്യു

ന്നത്. ഇതര ശില്പികൾക്കെല്ലാം അപ്രധാനമായ പങ്ക് മാത്രമേ കാണൂ. അത്തരം സ്വരൂപങ്ങളുടെ അയഥാർഥശിലകളാണ് ഈ കൃതിയിൽ ചിതറിക്കിടക്കുന്നത്. പീഡനങ്ങളേറ്റുവാങ്ങിയ യഥാർഥ ജീവിതത്തിന്റെ എഴുതാപ്പുറങ്ങളാണ് രചന വീണ്ടെടുക്കാൻ ശ്രമിക്കുന്നതും.

'ദൈവ'ത്തിന്റെ കാണാപ്പുറങ്ങൾ തേടുന്ന സാഹസജ്ഞാലയാണ് എഴുത്തുകാരന്റെ മൂന്നാംകണ്ണിലൂടെ ഉദിക്കേണ്ടത്. ധർമക്ഷതങ്ങളുടെ നടുവിൽ നിന്ന് നിർവചിച്ചതാകാം ദൈവം നഷ്ടപ്പെട്ട ലോകത്തിന്റെ ഇതിഹാസമാണ് നോവലെന്നത്. ആഗ്നേയമായ ജൈവപർവങ്ങളുടെ അത്യുന്നതശീർഷങ്ങളിൽ വച്ച് ദൈവപരമ്പര വിലക്കുന്ന അതിജീവവചനങ്ങളുടെ ബൃഹത്തായ സങ്കേതം. നോവലിൽ യഥാർഥ അനുഭവങ്ങളെ പകർത്തുന്നതിനു പകരം ആത്മീയാനുഭവങ്ങളുടെ ഊഷ്മാവ് കടത്തിവിടുമ്പോഴാണ് കഥാപാത്രങ്ങൾക്ക് തേജസ്സുണ്ടാവുക. പിന്നെ കഥാപാത്രങ്ങൾ തന്നെ കഥ നയിച്ചോളും. അത്തരം സ്വാഭാവികതക്കു വേണ്ടി എഴുത്തുകാരൻ കാത്തിരിക്കണമെന്നേയുള്ളു..

എന്റെ ഓർമകളുമായി ഒത്തുനോക്കിയും, കാലം കടന്ന് യാത്ര ചെയ്യുന്ന ജീവാത്മാവിന്റെ അടയാളങ്ങൾ സ്വാംശീകരിച്ചും, അനുഭവത്തിന്റെ അകവും പുറവും അറിഞ്ഞുമുള്ള, ആത്മസഞ്ചാരത്തെ, നോവലെന്ന ഈയൊരു മാറാപ്പിൽ വാരിനിറച്ചിട്ടുണ്ട്.. വായിച്ചാലും..

എ. പദ്മനാഭൻ

ഇരട്ടക്കുട്ടികളുടെ കളിപ്പാട്ടം

'നമ്മൾ തമ്മിൽ അപരിചിതരാവാൻ കഴിഞ്ഞെങ്കിൽ' .

കഥാനന്തരം, കാലങ്ങൾക്കു ശേഷം, ഈ വാചകത്തോടെയായിരുന്നു അലിഖക്കെഴുതിയ കത്ത് ലിഖ അവസാനിപ്പിച്ചത്. അതിനുള്ള മറുപടിയിൽ അലിഖ ഇങ്ങനെ എഴുതി:

'ലിഖാ,

അപരിചിതരാവേണ്ടത് നമ്മുടെ അച്ഛനമ്മമാരായിരുന്നു. എല്ലാം മറക്കാൻ കഴിയുന്നവരായി അവർ മാറിത്തീർന്നിരുന്നെങ്കിൽ, നമുക്ക് മറ്റൊരു വിധി ഭവിച്ചേനെ. നമ്മൾ ഇരട്ടകളല്ലാതായി മാറുമായിരുന്നു. ആത്മാവിന്റെ ഭാരം അതോടെ വിഭജിക്കപ്പെടുമായിരുന്നു. ജീവിതസഞ്ചാരം ആയാസരഹിതമായേനെ. കരയിലായാലും വെള്ളത്തിലായാലും കാറ്റിന്റെ പുത്രികളെപ്പോലെ കുതിക്കാമായിരുന്നു.

ഒന്നിക്കലല്ല, ഒന്നല്ലാതാവലാണ് വളർച്ചയുടെ നിയമം. ഒരിക്കലും നമ്മൾ തമ്മിൽ കണ്ടുമുട്ടാതിരിക്കട്ടെ. ഒന്നിച്ചു യാഥാർത്ഥ്യത്തിലേക്ക് പ്രവേശിക്കാനാവാത്തവിധം പരസ്പരം പ്രതിച്ഛായകളായി മാത്രം നിലനിൽക്കട്ടെ. ദർപ്പണം നീക്കം ചെയ്യുമ്പോൾ അവസാനിക്കണം നമ്മുടെ കഥ. മുത്തശ്ശിയോട് നാം പറയാറുള്ള ഫാന്റസികഥകളിലെ കഥാപാത്രങ്ങളെ ഓർക്കുന്നില്ലേ. അവരെപ്പോലെ, അന്യോന്യം ഓർക്കാത്തവരാകണം നമ്മൾ.

സ്നേഹപൂർവം,

(അലിഖ)....

ലിഖയും അലിഖയും അന്യോന്യം അറിയുന്നവരല്ല. പേരുകളുടെ സാമ്യത യാദൃച്ഛികം മാത്രം. രണ്ടു ദേശത്ത്, രണ്ടു ഗർഭഗൃഹത്തിലാ

ണവർ പിറന്നത്. മാതാപിതാക്കളും വ്യത്യസ്തരാണ്. എന്നിട്ടുമവർ ഇരട്ടകൾ!

പ്രകൃതിയുടെ വിധിശാസ്ത്രത്തിൽ ജനിതകേതരമായ ഒരുത്തരം അതിന്നു പിന്നിലുണ്ടാകാം. ഏകാന്തതയുടെ സന്തതികൾക്കു ജന്മം കൊടുക്കാനായി പ്രകൃതിയിൽ അദൃശ്യമായ ഒരു ഗർഭപാത്രമുണ്ട്. അതിന്റെ ദിവ്യതയിൽ നിന്നു പിറവിയെടുക്കുന്നവർ വംശപരിണാമ ത്തിന്റെ കണ്ണിയിൽ പെടണമെന്നില്ല. എല്ലാ കുലങ്ങളുടേയും ആന്ത രികകലകളും മുഴുവൻ തലമുറകളുടേയും ചേരുവകളും ത്രികാലങ്ങ ളുടെ തന്മാത്രകളും സംയോജിപ്പിച്ചെടുക്കുന്ന പൂർണാത്മാവിന്റെ ലക്ഷ ണങ്ങളോടെ അവതരിക്കുന്ന ചിലരില്ലേ. അപൂർവമായ അത്തരക്കാർ ക്കു ജന്മം നൽകുന്നത് ഈ ഗർഭശാലയാണ്.

ഇത്തവണ പിറന്നത് ഇരട്ടകളാണ്.

ലിഖയും അലിഖയും.

ജീവിതത്തിലൊരിക്കലും സംഗമിക്കാനാവാതെ പോയ യമജന്മം.

ഇരുകരകളെ നിർമിക്കാൻ നദിയൊരുക്കുന്ന ഒരാശയമുണ്ട്... ജലാ ശയമില്ലാതായാലും നിലനിൽക്കും ആ പ്രഹേളിക. അക്കരെയിക്കരെ യെന്നത് അസ്തമിക്കാത്ത ദേശാടനങ്ങളുടെ നേർച്ചകളാണ്. കൂടിച്ചേ രാത്ത കാഴ്ചകളുടെ സമാന്തരശിലകളാണ്.

കണ്ണാടിയിൽ പ്രതിബിംബങ്ങളുണ്ടാക്കുന്ന പ്രകാശജാലിക കണ്ണാ ടിയില്ലെങ്കിലും നമ്മുടെ മനസ്സിൽ പിന്നേയും പിന്നേയും തെളിയാ റില്ലേ. സ്വന്തം മുഖബിംബത്തിന്റെ ഈയൊരു പ്രതിഷ്ഠ എവിടേയും നമ്മെ പിന്തുടരാം.

സൃഷ്ടികർമസംബന്ധമായി, പത്മപുരാണത്തിലും ബ്രഹ്മപുരാണ ത്തിലും പരാമർശിക്കാതെ പോയ ഒരു ഭാഗമുണ്ട്:

സ്രഷ്ടാവ് മനുഷ്യനെ പണിതൊരുക്കുന്നതിന് ഒരു കുറുവഴി സ്വീക രിക്കുകയുണ്ടായി. പ്രകൃതിയുടെ ഒരു മാതൃകയെടുത്ത്, അതിന്റെ കാറ്റ ഴിച്ചുവിട്ട് ആൾവലുപ്പത്തിലേക്ക് സങ്കോചിപ്പിക്കും. ശേഷം ശരീരമണ്ഡ ലത്തിൽ നിന്നും നാടും കാടും കുന്നുകളുമൊക്കെ നീക്കം ചെയ്യും. ജ ലാശയങ്ങളും ചതുപ്പുനിലങ്ങളും ഗർത്തങ്ങളും മണലാരണ്യങ്ങളുമെ ല്ലാം നിരപ്പാക്കും. പച്ചിലകളും പൂന്തോപ്പുകളും ഋതുഭേദങ്ങളും വെ ട്ടിക്കളയും. കാറ്റും മഴയുമൊന്നും ബാക്കിവയ്ക്കില്ല. അങ്ങനെ ചെത്തി ക്കളഞ്ഞവശേഷിക്കുന്ന രൂപം മനുഷ്യനായിത്തീരും. പണി പൂർത്തി യായാൽ കർമാവ് ഒരു ദർപ്പണമെടുത്ത് ആ സൃഷ്ടിക്കു മുമ്പിൽ കാ ട്ടും. പ്രാണന്റെ ആദ്യത്തെ മിന്നൽ ശരീരത്തിൽ കൊളുത്തുന്ന കർ

മം. അതോടെ സൃഷ്ടിയിൽ ജീവാത്മാവിന്റെ രംഗപ്രവേശം നടന്നിരിക്കും. സ്വന്തം ഛായ നേരിൽ കണ്ട് സൃഷ്ടിരൂപത്തിനും, സ്വന്തം ഫലശ്രുതിയിൽ സൃഷ്ടികർത്താവിനും സായൂജ്യമടയാൻ അതൊരവസരം കൂടിയാണ്. എണ്ണമറ്റ പ്രക്രിയക്കിടയിൽ അപൂർവമായി ദർപ്പണം തികയാതെ വരാം. അത്തരം വേളകളിൽ പരിഹാരമായി ഒരാളുടെ ഛായയിൽ ഒരാളെ കൂടി നിർമിക്കും. അവരന്യോന്യം പ്രാണൻ പകരും. അവരാണ് ഇരട്ടകളായിത്തീരുന്നത്.

സൂര്യനഗരമായ വിവസ്വതിയിലെ ഇരട്ടകളായ അശ്വിനീകുമാരന്മാരുടെ പിറവിക്കു പിന്നിൽ പിതാവായ സൂര്യൻ കബളിപ്പിക്കപ്പെട്ട ഒരു കഥയുണ്ട്:

വിശ്വകർമാവിന്റെ മകളായ സംജ്ഞ തന്റെ പതിയായ സൂര്യന്റെ തീവ്രത താങ്ങാനാവാതെ പത്നീസ്ഥാനത്ത് സ്വന്തം രൂപത്തിൽ ദാസിയായ ഛായയെ നിർത്തി രഹസ്യമായി കടന്നുകളയുകയുണ്ടായി. സൂര്യന് ഛായയിൽ ശനി, സാവർണി, തപതി എന്നീ സന്തതികളും ജനിച്ചു. അപ്പോഴൊന്നും സഹസ്രാംശുവിന് അബദ്ധം മനസ്സിലായതുമില്ല. സംജ്ഞയുടെ പുത്രനായ യമൻ ഒരിക്കൽ അവരെ ചവിട്ടാനോങ്ങിയപ്പോൾ ഛായ ശപിച്ചു. ശാപമേറ്റ് സൂര്യപുത്രന്റെ കാലിൽ വ്രണമുണ്ടായി. അതോടെ ഛായ തന്റെ ഭാര്യയായ സംജ്ഞയല്ലെന്നു സൂര്യന് ഗ്രാഹ്യമുണ്ടാവുകയും സംജ്ഞയെ അന്വേഷിച്ചു പുറപ്പെടുകയും ചെയ്തു. മേരുപാർശ്വത്തിൽ അവളെ കണ്ടെത്തി. സൂര്യൻ അടുത്തെത്തിയതറിഞ്ഞ് സംജ്ഞ രക്ഷപ്പെടാനായി പെൺകുതിരയുടെ രൂപം പ്രാപിച്ചിരുന്നു. സൂര്യൻ ഒരു ആൺകുതിരയായി രൂപംധരിച്ച് അവളെ അനുധാവനം ചെയ്യുകയും വരുതിയിലാക്കുകയുമുണ്ടായി. അശ്വരൂപികളുടെ ആ സംഗമത്തിലാണ് അശ്വിനീദേവന്മാർ പിറവിയെടുക്കുന്നത്. ഈ ഇരട്ട സന്താനങ്ങൾ വെളിച്ചത്തിനു വഴിതെളിക്കുന്നവരും ഇരുട്ടും രോഗവും അകറ്റുന്നവരും നിത്യയൗവനത്തിനുടമകളുമാണ്.

ആയില്യം രാശിയിൽ, അശ്വിനികളുടെ വഴിപഥത്തിൽ, അപൂർവ യമതാരകളായി പിറന്നവരാണ് ഈ പുത്രികളും:

ലിഖയും അലിഖയും.

അവരും ഉദയത്തിനു വഴി കാട്ടിയവരാണ്. അതിനു വേണ്ടി അവർക്ക് ജനിച്ചനാൾ തൊട്ടേ അന്ധകാരത്തെ ഇന്ധനമാക്കേണ്ടി വന്നു. പിതൃപൂർവപഥത്തിലെ ഏതോ ശാപത്തിനിരയായ പോലെ.

ഗ്രഹാധിപതിയായ സൂര്യന്റെ സഞ്ചാരപഥത്തിൽ നിന്ന് ഒരു ശൈത്യ

ധ്രുവത്തിൽ വച്ച് ഏഴാമത്തെ കുതിരയായ പുണർതത്തിന് കൂട്ടംതെറ്റുകയുണ്ടായി. കാമാഗ്നി അസഹ്യമായപ്പോൾ ഇണയെ തേടിപ്പോയതാണ്. സൂര്യൻ അന്വേഷിച്ചു ചെന്നപ്പോൾ തന്റെ രഥാംഗം ഇണക്കുതിരയുമായി വേഴ്ചയിലേർപ്പെടുന്നതാണ് കണ്ടത്. ക്രുദ്ധനായ സൂര്യൻ ശപിക്കാനോങ്ങി. അശ്വരൂപിയായ സംജ്ഞയെ അപ്പോൾ ഓർമ വന്നു. അശ്വവേഷത്തിൽ സംജ്ഞയുമായി സംലയിച്ച രതിവേളകളും ഓർമയിലെത്തി.. ശാപം സ്വയം വിഴുങ്ങേണ്ടി വന്നു. സൂര്യപരമ്പരകളിൽ തന്നെ ആ ശാപതരംഗങ്ങൾ ചെന്നലച്ചു.

ജന്മാന്തരങ്ങൾക്കിപ്പുറം ലിഖയും അലിഖയും അതേ ശാപതരംഗങ്ങൾക്ക് ഇരകളായി മാറി. പിതാവിരഹമാണ് ഇവരുടെ ജാതകവിധി. ആയുസ്സിന്റെ ഉറവിടത്തിൽ വച്ചു തന്നെ ഒരാൾക്ക് അച്ഛൻ നഷ്ടപ്പെട്ടു. മറ്റേയാൾ അച്ഛന്റെ മാറിടത്തിൽ നിന്ന് ഇളംപ്രായത്തിലേ പറിച്ചുമാറ്റപ്പെട്ടു. അവരെ രണ്ടു പേരെ സംബന്ധിച്ചും അച്ഛനെന്നാൽ, ആരുമറിയാത്ത വേദനകളും വിപരീതങ്ങളുമാണ് .

അലിഖയ്ക്ക് അച്ഛൻ അദൃശ്യമായ അലാതചക്രത്തിനുള്ളിൽ തിളങ്ങുന്ന ഉയിർത്തെഴുന്നേറ്റ ദിവ്യമുഖം. സ്വർഗത്തിന്റേയും ഭൂമിയുടേയും സർവാധികാരങ്ങളുള്ള, വരാനിരിക്കുന്ന യുഗത്തെ പ്രാപിക്കാൻ യോഗ്യനായ ഒരാൾ. യുഗാന്തംവരെ അവളോടൊപ്പമുണ്ടാകുമെന്ന വാഗ്ദാനം പാലിക്കാനുള്ളവൻ. ലിഖയെ സംബന്ധിച്ച് ഒറ്റമുഖഛായയിൽ അമ്മയേയും അച്ഛനേയും പ്രതിഫലിപ്പിക്കുന്ന നിറഭാവമാണ് അച്ഛൻ. അവരറിഞ്ഞുകേട്ട കഥകളിലെല്ലാം അമ്മമാരാണ് വാത്സല്യമൂർത്തികൾ. കരുണാർദ്രമായ കയ്യൊപ്പു ചാർത്തി സ്നേഹോദയത്തിന്റെ ഹൃദയം ജ്വലിപ്പിക്കുന്നത് മാതൃത്വമാണ്. കനിവാർന്ന കണ്ണുകളുടേയും കലർപ്പില്ലാത്ത മൊഴികളുടേയും അവകാശികളാണവർ. വികാരങ്ങളുടെ നിശബ്ദപ്രവാഹങ്ങളിൽ സ്നാനം ചെയ്യപ്പെട്ടവർ.

അമ്മയെന്ന പദവി മാറ്റിയെഴുതിയ ഒരു മഹാവചനമാണ് അതേ സമയം ലിഖ ഉരുവിട്ടു കൊണ്ടിരിക്കുന്നത്. സത്യവേദങ്ങളൊന്നും നിർവചിച്ചിട്ടില്ലാത്ത ആ വാക്ക് അച്ഛനെന്നതാണ്. ഭാഷയില്ലാതെ രേഖപ്പെടുത്തിയ, ശബ്ദമില്ലാതെ ഉച്ചരിച്ച, കണ്ണുതുറക്കാതെ കാണാനാവുന്ന കാലത്തിന്റെ ശരീരം അഥവാ ജീവിതത്തിന്റെ അശരീരി. ശരിയും തെറ്റുമായി മകളെ പകുക്കാത്ത ഒരേയൊരു ഗുരുരേഖ.

ഏതോ കഥയിൽ നിന്നെന്നോണം ഒരു കഥാപാത്രമായൊരാൾ അമ്മയുടെ ഭർത്താവായി വരുന്നുണ്ടെന്നറിഞ്ഞ് അലിഖയും ഉരുവിട്ടു, അച്ഛനെന്ന പദസ്മാരകം.

വികാരങ്ങളെല്ലാമടക്കിപ്പിടിച്ച് അലിഖ അവളുടെ അമ്മയോടു ഒടുവിൽ ചോദിച്ചു:

'അച്ഛനെന്നു വിളിക്കേണ്ടത് ആരെയാണ്?'

അവളുടെ അമ്മയുടെ കഴുത്തിൽ വരണമാല്യം ചാർത്തിയവനെ ആദ്യരാവിൽ തന്നെ വിധി അന്ത്യകൂദാശക്കു കിടത്തിയതാണ്.

ജ്ഞാനത്തിന്റെ മറുകര കണ്ട ഋഷിവര്യനാണ് പുരാണത്തിലെ ദധീചി. ഇന്ദ്രനാണ് വിദ്യ ഉപദേശിച്ചത്. ജ്ഞാനം മറ്റാർക്കും കൈമാറാൻ പാടില്ലെന്നും അങ്ങനെ സംഭവിച്ചാൽ ശിരസ്സു ഛേദിക്കുമെന്നുമുള്ള ഉടമ്പടിയുണ്ടായിരുന്നു. അറിവിന്റെ പോരാളിയായ ദധീചിക്കു വാക്കു പാലിക്കാനായില്ല. അശ്വിനീകുമാരന്മാർക്ക് വിദ്യ കൈമാറി. വിവരം ഇന്ദ്രനറിഞ്ഞു. ഇന്ദ്രൻ തല ഛേദിക്കാനെത്തി. ആ സമയത്ത്, ഇന്ദ്രകോപത്തിൽ നിന്നും ദധീചിയെ രക്ഷിക്കാൻ അശ്വിനീദേവകൾ മറ്റൊരു വഴി കണ്ടെത്തി. ദധീചിയുടെ ശിരസ്സു മാറ്റി പകരം കുതിരത്തല വച്ചു. ഉടമ്പടിവ്യവസ്ഥപ്രകാരം ഇന്ദ്രനാൽ ആ തല ഛേദിക്കപ്പെട്ടു. തുടർന്ന് ദധീചിക്ക് സ്വന്തം തല തിരികെ ലഭിച്ചു.

ഇവിടെയാകട്ടെ, ലിഖയുടെ അച്ഛനെ രക്ഷിക്കാൻ പകരം അലിഖയുടെ അച്ഛനെ ചേർത്തു വയ്ക്കുകയായിരുന്നു നിയതി. അയാൾ വെട്ടിമാറ്റപ്പെട്ടു. ശാപശ്രുതിക്കു ശേഷം അലിഖയുടെ അമ്മക്ക് യഥാർഥ പ്രാണേശ്വരനെ തിരികെ ലഭിക്കുകയാണ്.

ഒരേയൊരു പ്രണയനാഥനെ വരിക്കാനുള്ള വിവാഹസന്നിധിയിലേക്ക് മകളുമൊത്ത് പുറപ്പെട്ടപ്പോളായിരുന്നു മകളുടെ ആ ചോദ്യം അമ്മക്കു കേൾക്കേണ്ടി വന്നത്.

ആ ചോദ്യം മകൾക്കു ചോദിച്ചേ പറ്റൂ..

ജീവിതം കളിപ്പാട്ടമല്ലെന്ന് കുട്ടിക്കാലം തൊട്ടറിയുന്നവരാണ് ലിഖയും അലിഖയും. കുരുന്നുപ്രായത്തിൽ അവർക്കു കിട്ടിയ കളിപ്പാട്ടം അവരുടെ മാതാപിതാക്കളുടെ ജീവിതം തന്നെയായിരുന്നു...

മിന്നലും മഴവില്ലും

അതിരില്ലാത്ത കറുപ്പിന്റെ കാൻവാസിൽ മിന്നൽ വളച്ചൊടിച്ച് ചിത്രേശ്വരൻ ആ പേരെഴുതി: ലിഖ.

വെളുത്ത ശലഭങ്ങൾ നാനാഭാഗത്തു നിന്നും പൊടുന്നനെ പ്രത്യക്ഷത്തിലേക്ക് വന്ന് ചിത്രത്തിനു ചുറ്റും നൃത്തമാടി. വരച്ച ചിത്രം പൂർണതയും മറികടന്നിരുന്നു.

ശരീരതലങ്ങളിൽ ജന്മാന്തരരൂപങ്ങൾ പ്രതിഫലിച്ചു. കാലത്രയ വ്യത്യാസമില്ലാതെ മുഴുവനായും കോരിയിടപ്പെട്ടു മനസ്സ്.

ചിത്രത്തിന്റേയും ചിത്രകാരന്റേയും പശ്ചാത്തലത്തിൽ പ്രകൃതിയുടെ ആത്മതാളം. ഒടുവിലാണ് കൃഷ്ണമണിക്കുള്ളിൽ നക്ഷത്രകണം കോറിയിട്ടത്. ഇരുട്ടിന്റെ കയ്യാലയും കടന്ന് കാഴ്ചകളപ്പോൾ തെളിഞ്ഞു. ഏതോ ഒരു സ്വപ്നഹത്യയുടെ അണിയറ അരണ്ടനിറത്തിൽ ദൃശ്യമായി.

പുറത്ത് പുലരുന്നതിന്റെ പ്രഭയേറ്റം. ഉറക്കത്തിൽ നിന്നുണരുകയോ, ഉറക്കത്തിലേക്കു വഴുതുകയോ തമ്മിൽ ഒരു വടംവലിയാണ് ചിത്രേശ്വരന്റെ അവസ്ഥ.

അർധരാവിലെപ്പോഴോ തന്റെ വിരലുകൾ കൊണ്ട് ഒരു ചിത്രം വരയ്ക്കപ്പെട്ടിരുന്നു. തന്റെ മുന്നിലെ കാൻവാസിൽ അതു വെട്ടിത്തിളങ്ങുന്നതു കാണാം ഒരു പെൺകുട്ടിയുടെ രൂപത്തിൽ !

കണ്ണുകളെ ഉണർവുറ്റതാക്കി കാൻവാസിലേക്ക് ഒന്നുകൂടി പായിച്ചു. താൻ വരച്ചിടത്ത് ആളു മാറിയിരിക്കുന്നോ! സംശയനിവൃത്തിക്കായി സടകുടഞ്ഞ്, നോട്ടമൊന്നു തറപ്പിച്ചു.

ശരിയാണല്ലോ, കാൻവാസിൽ കാണപ്പെടുന്നത് തന്റെ മകൾ ലിഖയല്ല.

ഉടൻതന്നെ അത് തിരുത്താൻ വിരലുകൾ ചലിപ്പിച്ചു : മഴവില്ലു വ

ളച്ചോടിച്ച് ലിഖയെന്നതു അലിഖയാക്കി.

...അലിഖ...

ജനലിനു പുറത്ത് ദൂരെ പർവതയോനികളിൽ നിന്ന് മേഘങ്ങൾ വിടരുന്നതു കാണാം. അവയിൽനിന്ന് ഭ്രൂണവധത്തിന്നിരയായ സ്വപ്നങ്ങളുടെ ശ്മശാനഗന്ധം പടരുന്നതായി ഒരു തോന്നൽ. അംഗലാവണ്യം അഴിഞ്ഞു കൊണ്ടിരിക്കുന്ന മേഘരൂപങ്ങളുടെ ക്ഷണം സ്വീകരിക്കാൻ നിൽക്കാതെ, ക്ഷീണഭാരത്താൽ പണിപ്പുരയിലെ തറയിൽ ചിത്രേശ്വരൻ തലചായ്ച്ചു കിടന്നു, ആദിമാതാവിന്റെ മടിയിലെന്നോണം. പൗരാണിക ഗുഹകളിലെ പാദചലനങ്ങളുടേതായ പിഞ്ചു മർമരങ്ങൾ കേട്ടു കൊണ്ട്.

പകലുറക്കത്തിന് ദാരിദ്ര്യത്തിന്റെ രതിച്ഛായയാണ്. വിരക്തി പകരുന്ന സ്വപ്നങ്ങൾ ഇടതടവില്ലാതെ ഇഴയും. പ്രാണൻ ആദിരൂപത്തിനു വേണ്ടി യാചിക്കുന്ന രീതി.

ചിത്രാ..,

ആരോ തട്ടിവിളിച്ചതായി തോന്നി. ഉണർന്നപ്പോഴേക്കും പകൽ മധ്യമാനം പിന്നിട്ടിരുന്നു. കണ്ണുകൾ തിരുമ്മി കാൻവാസിലേക്കു പിന്നേയും പതിപ്പിച്ചു. അന്നേരം, അലിഖയുടെ മന്ദഹാസം അതിൽ തെളിഞ്ഞു കണ്ടു. ബ്രഷെടുത്ത് പേര് കുറച്ചുകൂടി കട്ടിയാക്കി : അലിഖ.

ഈ മുഖം മുമ്പെങ്ങോ കണ്ടതുപോലെ. ഭൂതകാലത്തിലെ രഹസ്യ നൃത്തവേദികളിലെവിടെയോ ..

"അച്ഛാ.. " ഉമ്മറത്തു നിന്നും ലിഖയുടെ വിളിയുയർന്നു. അയാൾ ചിത്രകത്തുനിന്നും വേഗം വെളിയിലേക്കു വന്നു.

വിസ്തൃതമായ പാടത്തുനിന്നും കണ്ണെടുക്കാതെ അവൾ ആവശ്യപ്പെടുകയാണ്:

"അച്ഛാ, ഒരു പേരു കൂടി വേണം"

"എന്തിന് മോളെ ?"

ലിഖ കാറ്റിനു പേരിടുകയാണ്.

വീടിനു മുന്നിലെ വയൽപ്പച്ചയെ അലകളാക്കിയെത്തിയ ഓരോ കാറ്റിനും അവൾ പേരിട്ടു കഴിഞ്ഞു.

സ്വരൂപ, ഉപമ, സുശീത. അങ്ങനെ യു.കെ.ജി. പാഠശാലയിലെ അവളുടെ ചങ്ങാതിമാരൊക്കെ കാറ്റുകളായി. ഇനിയാരും ശേഷിക്കുന്നില്ല.

അടുത്ത കാറ്റും വീശിയെത്തിയിരിക്കുന്നു. അതിനെന്തു പേരിടും. അതിനാണവൾ അച്ഛനെ വിളിച്ചത്.

അപരാഹ്നത്തിന്റെ അപകർഷതയോടെ ചുറ്റിക്കൊണ്ടിരിക്കുന്ന ആ

കാറ്റ് നിലച്ചിരുന്നില്ല ..

"വേഗം പറ"

പറഞ്ഞു: "സിസിലി"

മങ്ങിയ മഞ്ഞച്ഛായയുണ്ടെന്നു തോന്നിക്കുന്ന ആ കാറ്റിനെ അവളും വിളിച്ചു: 'സിസിലി'.

സൂര്യചിത്രം തീവ്രത കുറഞ്ഞുകുറഞ്ഞ് കണ്ണിനു കീഴ്പ്പെടുംമട്ടിൽ ആകാശത്ത് മെരുങ്ങിക്കഴിഞ്ഞിരുന്നു.

കുട്ടിക്കാലത്ത് അപരാഹ്ന സൂര്യബിംബം തന്റെ സ്വപ്നവേളയെ വശീകരിക്കാറുണ്ടായിരുന്നത് ചിത്രേശ്വരൻ അപ്പോൾ ഓർത്തു.

വിദൂരതയിലെ മൗനപ്പൊട്ടായും അടുത്തടുത്തു വരുന്ന തീജ്വാലയുടെ വൃത്തഖണ്ഡമായും ഉച്ചമയക്കത്തെ മുറിച്ചുകടന്ന് തന്റെ ശരീരത്തിനുള്ളിൽ കയറിപ്പാർക്കുന്ന മാന്ത്രികഗോളമായും സൂര്യബിംബം തനിക്കു സ്വന്തമായിരുന്നു.

വലതു തുടയുടെ പേശിക്കുള്ളിലൊരു പോക്കറ്റ് സങ്കല്പിച്ച് ആ മാന്ത്രികപേടകത്തെ ആരുമറിയാതെ അതിൽ കുടിയിരുത്തും. അന്നേരങ്ങളിൽ അവനൊരു സിദ്ധനാകും! സ്വന്തം കല്പനയ്ക്കനുസരിച്ച് കാലത്തെ ചലിപ്പിക്കാനറിയുന്ന ഒരാൾ. പ്രിയ സഹപാഠികളെയോ ഇഷ്ടം തോന്നിയ കൂട്ടുകാരിയെയോ ഹൃദയത്തിലേക്കു കടന്നു വരാനിരിക്കുന്ന അജ്ഞാതയായ കാമുകിയെയോ, കയറ്റിയിരുത്തി അവന്റെ സാങ്കല്പിക ടെമ്പോ മേഘങ്ങൾക്കിടയിലൂടെ മുന്നേറും. നദികളും നാടുകളും പിന്നിടും. രാജ്യാന്തരങ്ങൾക്കുമീതെ രാപ്പകലുകൾ പറക്കും. വൻനഗരങ്ങളിലും ആൾപ്പാർപ്പില്ലാത്ത കാട്ടുചോലകളിലും വർണസാന്ദ്രമായ സ്വർഗദേശങ്ങളിലും നീരാഴങ്ങൾക്കു നടുവിലെ പവിഴദ്വീപുകളിലും പറന്നിറങ്ങും. ഇടയ്ക്ക് ഗോളാന്തര യാത്രയായ് നീളും.

ആ സഞ്ചാരങ്ങൾ അന്നു കേവലം ഭാവനയായിരുന്നില്ല, കെങ്കേമൻ അനുഭവമായിരുന്നു.. പിറ്റേന്നു സ്കൂളിലെത്തുന്നത് യാത്രയിലൊന്നിച്ചുണ്ടായിരുന്ന കൂട്ടുകാരുടെ റിവ്യൂ കേൾക്കാനുള്ള കൗതുകത്തോടെയാവും. അവരെ കണ്ടുമുട്ടുന്നതോടെയാവും സത്യബോധം സമുദിതമാവുക.

അന്നത്തെ വ്യോമയാനങ്ങളിൽ സ്ഥിരമായുണ്ടാകുമായിരുന്ന സിസിലി, സ്കൂളിലെത്തുമ്പോൾ ഒന്നുമറിയാത്ത ഭാവത്തിൽ അടുത്തു വരുമ്പോഴാണ് ശരിക്കും നിരാശ മൂടുക. മിഥ്യയും യാഥാർഥ്യവും തന്റെ നേരെ മിഴിയടച്ചതിന്റെ ശപ്തരാശി ജീവിതത്തിലന്നേ ആരംഭിച്ചതാണ്.

ഒന്നാംക്ലാസ് തൊട്ടേ സിസിലി ചിത്രേശ്വരനൊപ്പമുണ്ടായിരുന്നെങ്കിലും മൂന്നാം ക്ലാസിലെത്തിയപ്പോഴാണ് അവരന്യോന്യം ആദ്യമായിട്ടെന്നോണം കണ്ണിൽപ്പെടുന്നത്. അന്നത്തെ കണ്ടുമുട്ടലുകളിൽ രാഗചേരുവകളൊന്നും വിശേഷിച്ചുണ്ടായിരുന്നില്ലെങ്കിലും ആ വർഷം തന്നെ അവന്റേയും അവളുടേയും പേരുകൾക്കിടയിൽ ധനചിഹ്നം (+) എങ്ങനെയോ പതിഞ്ഞു. അവനെ സിസിലിയെന്നു വിളിക്കുന്നവർ ചങ്ങാതിമാരിൽ മാത്രമല്ല അവന്റെ വീട്ടുകാരിലുമുണ്ടായി. അവൾ തന്റെ പേരു ചേർത്തും അറിയപ്പെട്ടിരുന്നെങ്കിലെന്ന ആശയോ ആശങ്കയോ മുളയെടുത്തിരുന്ന നാളുകൾ.

തൊട്ടടുത്ത വർഷം, നാലാം തരത്തിലും അവർ ഒരുമിച്ചുണ്ടായിരുന്നെങ്കിലും അവളവന് ഒരു ചിന്താവിഷയമായിരുന്നില്ല. അവളും അവന്റെ നിഴലായി എവിടേയും ചെന്നില്ല. പ്രണയമോചനം കഴിഞ്ഞ രണ്ടു പേരായി അവർ മാറ്റപ്പെട്ടിരുന്നു.

അഞ്ചിലേക്കുയർന്നപ്പോൾ മറ്റൊരു വിദ്യാലയത്തിൽ ചിത്രേശ്വരൻ ചേർക്കപ്പെട്ടു. സിസിലി അവിടെയുമുണ്ട്. പക്ഷെ, പേരുമാറിയിരുന്നു: പത്മിനി. മറ്റു സൗന്ദര്യലക്ഷണങ്ങൾക്കൊന്നും കാര്യമായ അന്തരമില്ല. നിറമിത്തിരി കറുപ്പായിട്ടുണ്ട്.

അടുത്ത വർഷവും വിദ്യാലയം മാറി. അവിടേയും അവനൊപ്പം അവളുമെത്തി ആനീസ് എന്ന പേരിൽ. കൂടുതൽ മെലിഞ്ഞ് അഴകേറിയിരിക്കുന്നു. പരിഷ്കൃത വേഷത്തിലേക്കു മാറ്റപ്പെട്ടതിന്റെ പത്രാസുമുണ്ട്. കാൽമുട്ടിനുമേലുള്ള നഗ്നതയെപ്പറ്റി അവനുണ്ടായ പ്രഥമ ജ്ഞാനം അന്ന് ആനീസ് രൂപേണ ആർജിച്ചതാണ്:

ക്ലാസിൽ നേരെ എതിർബഞ്ചിലാണ് അവളുടെ ഇരിപ്പിടം. മിക്കപ്പോഴുമണിയാറുള്ളത് മിനി സ്കർടാണ്. താൻ കാണുന്നേരത്തെല്ലാം, ചിത്രകാരൻ ഗുസ്താവ് കോർബറ്റിന്റെ രചനകളിലൊന്നായി രൂപാന്തരപ്പെടും അവൾ. മ്യൂണിക്കിലെ നിലവറയിലൊളിപ്പിച്ച പെയ്ന്റിംഗ് ശേഖരത്തിലെ ലിബിഡോരൂപങ്ങൾ. നിലവറഭിത്തികൾ ഭേദിച്ച് ചിത്രങ്ങളുടെ നഗ്നവടിവിലേക്ക് അതിക്രമിച്ചു പതിയുന്ന പ്രകാശപാളികൾ നിഗൂഢരതികളായ് ഓളമിടും. വസ്ത്രങ്ങളെ വിഴുങ്ങുന്ന നഗ്നതയാണ് കോർബറ്റിന്റെ വരകളുടെ വശ്യത. അതിലൊരാകൃതിയാണ് ആനീസിനും. നാസികളുടെ ഇരുമ്പുമറ അനാവൃതമാക്കാൻ സാധിക്കുന്ന സൂര്യരേണുക്കൾക്ക്, ക്ലാസിൽ നേരെ എതിർബഞ്ചിലിരിക്കുന്ന ആനീസിന്റെ മിനി സ്കർടിന്നടിയിലേക്ക് തുളച്ചെത്താൻ പ്രയാസമേതുമില്ല. ഇരുന്നു കഴിഞ്ഞാൽ അവൾ അർധനഗ്നയാണ്. കാ

ല്പാദം തൊട്ട് അരക്കെട്ടു വരെ. അത് അവന്റെ കണ്ണുകളിലേക്കു മാത്രം തുറക്കപ്പെടുന്ന രഹസ്യവാതായനം. തുടയുടെ ഇടഭാഗത്ത് മിനുസമാർന്ന വെളിച്ചം പൂശലായിരുന്നു തന്റെ ചിത്രകലാജീവിതത്തിന്റെ ബാലപാഠം. അവിടെ പ്രത്യക്ഷപ്പെട്ടതാണ് ചിത്രേശ്വരന്റെ കലാപ്രതിഭയും.

അന്നത് നഗ്നതയാണെന്ന കേവലമായ അറിവുണ്ടായതല്ലാതെ, പരിധിവിട്ട് അവന്റെ നോട്ടം പിശകാറില്ല. പ്രായം പൂരിപ്പിക്കപ്പെടാത്തതുകൊണ്ടാണെന്നു പറയാനാവില്ല. കാരണം ലിംഗപരമായ ശാസ്ത്രവിദ്യകളിൽ ഒന്നാംക്ലാസു തൊട്ടേ ശകലം അറിവുള്ളവരായിരുന്നു ചിത്രേശ്വരനും ചങ്ങാതിമാരും..

'താഴത്തെ പൂട്ടും താക്കോലു'മെന്ന ഒരു തെറിപ്പാട്ടിന്റെ നാലുവരി സ്കൂൾ മുറ്റത്ത് ഗോട്ടികളിയുടെ മുറുക്കത്തിനിടയിൽ പാടിപ്പോയപ്പോൾ അകത്ത് ക്ലാസുമുറിയിലിരുന്ന് വിമലടീച്ചർ അത് കേൾക്കുന്നുണ്ടായിരുന്നെന്ന് പാട്ടു തീർന്നപ്പോഴാണറിഞ്ഞത്. പിന്നെ മൂന്നു ദിവസത്തേക്ക് ടീച്ചറുടെ മുന്നിലേക്കു പോയില്ല. ആ ദിവസങ്ങളിൽ സിസിലിയും ഒരു വടിയുമേന്തി ശാസിക്കുന്നതായി തോന്നി. അതിനാൽ, സ്വനസ്നായുക്കളിലെ തെറിമുഴ മുളയിലേ നീക്കം ചെയ്യപ്പെട്ടു.

കാലെടുത്തുവയ്ക്കും മുമ്പെ കാലിടറിപ്പോയ മറ്റൊരു ശീലം പുകവലിയാണ്. തന്റെ സഹപാഠികളിൽ ചിലർ ചില വിഷയങ്ങളിൽ തന്നേക്കാൾ വളരെ മുമ്പന്മാരായിരുന്നു.

നാലിൽ പഠിക്കുന്ന നാൾ; ഒരു കിലോമീറ്റർ അകലെയുള്ള ചായക്കടയിൽ പോയി മാഷമ്മാർക്കു വേണ്ടി ചായ വാങ്ങി തിരികെവരുമ്പോഴൊക്കെ നാലഞ്ചു ബീഡികളും ഒളിപ്പിച്ചു കൊണ്ടുവന്നിരിക്കും, ലാലനും സലിയപ്പനും. കളിസമയങ്ങളിൽ കുറച്ചകലെയുള്ള മരക്കൊമ്പിൽ കയറിയിരുന്ന് ബീഡി കത്തിച്ച് വലിച്ചൂതുന്ന 'വാനര'സുഹൃത്തുക്കൾ മൂക്കിലൂടെ പുകവളയം വായുവിലേക്കുയർത്തുന്ന ചില കലാപ്രകടനങ്ങളും കാഴ്ചവയ്ക്കും. ചിത്രേശ്വരൻ അതിനൊക്കെ ഒരു കാഴ്ചക്കാരൻ മാത്രമായിരിക്കും. അക്കൂട്ടരുടെ അടവുകളിലൊന്നും വീഴാത്ത വെറുമൊരാസ്വാദകൻ.

ഒരു രാത്രിനേരത്ത്, ആരുമറിയാതെ, ദുശ്ശീലനിന്ദ മാറ്റിവച്ച് ഒരു പരീക്ഷണത്തിന് മുതിർന്നു. വലിയച്ഛൻ വലിച്ചെറിഞ്ഞ മുറിബീഡി കൈക്കലാക്കി, ഇരുട്ടുമുറിയിലേക്കു മാറിനിന്ന് ആഞ്ഞുപിടിച്ചതാണ്. പുകയുണ്ടകൾ മസ്തകപ്പടി വരെ പാഞ്ഞുകയറുകയുണ്ടായി. തുമ്മലും തുപ്പലുമടഞ്ഞ, ചുമ ചളുപ്പിപ്പോയ ഒരു മോങ്ങലാണ് വെളിച്ചത്തു വ

ന്നത്. അതുകേട്ട വീട്ടുകാർ മുഴുവൻ വന്ന് വളഞ്ഞു.

അന്നേരത്ത്, യഥാസംഗതി ഒളിപ്പിച്ചു വയ്ക്കാൻ സാധിച്ചതിനാൽ സാന്ത്വനപ്പെടുത്തലുകളിലൊതുങ്ങി. ആ നിമിഷങ്ങളിലും ഒരു വടിയുമായി സിസിലി അടുത്തു വരികയുണ്ടായി. അങ്ങനെയൊരു ശീലവും മുളയിലേ നുള്ളപ്പെട്ടു.

ഒരിക്കൽ, അച്ഛന്റെ കൂടെ പറമ്പിക്കാട്ടിലേക്കു പോകുംവഴി വേലപ്പന്റെ കള്ളുഷാപ്പിൽ കയറി. എട്ടും പൊട്ടും തിരിയാത്ത എട്ടാം വയസ്സുകാരനാണേലും കള്ളിന്റെ ചതിവീര്യം അന്നേ ബോധ്യമായിരുന്നു.

വേലപ്പൻ അച്ഛന്റെ അടുത്ത കൂട്ടാളിയാണ്. പ്രിയചങ്ങാതിയുടെ മകനോടുള്ള വാത്സല്യം, കണ്ടയുടനേ, അയാളിൽ കരകവിഞ്ഞു.. അച്ഛൻ സ്വല്പം ദൂരെയായ തക്കം, ഒരു ഗ്ലാസ് തന്റെ നേരെ നീണ്ടു വന്നു. ചുണ്ടോടടുത്തതേയുള്ളു. പുളിഗന്ധം പുളഞ്ഞതിന്റെ തികട്ടൽ തന്റെ മുജ്ജന്മസിരകൾ വരെ ആളി. പിതൃപരമ്പരകളെത്രയോ പേർ ചേർന്ന് ഛർദിച്ചത് തന്റെ വായിലൂടെ.. കണ്ഠം ചുട്ടുപഴുത്തു. വരുംകാലത്തിന്റെ ആഗ്നേയവ്യഥകളുടെ ആദിമപ്രതിഷ്ഠ നെഞ്ചിനുള്ളിൽ അന്ന് നടപ്പായി. പിന്നീടെന്നും, ഹിതമോ അഹിതമോ ആയ ഏതു സംഭവത്തിനും മുന്നോടിയായി, നെഞ്ചിനുള്ളിൽ ചുടുമുനയുടെ കൊളുത്തുവലിയുണ്ടാക്കുന്ന പ്രതിഘാതത്തിന് അതൊരാരംഭം.

മദ്യം അകത്താവും മുമ്പേ മദ്യം ഓക്കാനിച്ച ഒരേയൊരാൾ അവനായിരിക്കും. അന്ന് ആ ശീലവും കൂടി മുളയിലേ നുള്ളപ്പെട്ടു. സിസിലി അവിടെയും വന്നിരുന്നു, ഒരു വടിയുമായി.

"സിസിലി വടക്കോട്ടു പോയി"

ലിഖയുടെ ശബ്ദം ചിത്രേശ്വരനെ നിഷ്പ്രയാസം വീണ്ടെടുത്തു. മകൾ തന്റെ മുഖത്തേക്കു നോക്കി നില്പാണ്.

"അച്ഛനെന്തിനാ സങ്കടം, സിസിലി പോയതിനാ? ഇനിയും വരും"

*** ***

ആരായിരുന്നു അലിഖ?

സിസിലിയോട് ഒരു വട്ടം ചോദിച്ചതായിരുന്നു. ഭാവനയിൽ രതിവേഴ്ച സംഭവിച്ചാൽ കുഞ്ഞുണ്ടാവുമോ!

ചിത്രേശ്വരന്റെ മുഖച്ഛായയാണ് അലിഖയ്ക്ക്.

മുഖഭാവത്തെ നയിക്കുന്ന കണ്ണിന്റെ രൂക്ഷത സമാനമാണ്. കറുപ്പിന്റെ ചുരുളത മുടിയിലും അതേപടി സ്വായത്തമായിട്ടുണ്ട്.

സിസിലിയുടെ മറുപടി സരസമായിരുന്നു :

"രതിവേഴ്ചാവേളയിൽ ഇരുട്ടിന്റെ അനുഗ്രഹത്താൽ മനസ്സിന്റെ കല, അന്ന് കൃത്യമായി പ്രവർത്തിച്ചു. ആദ്യരാത്രിയിലെ സംഭവം നിങ്ങൾ ക്കൊപ്പമായിരുന്നു. സഹശയനത്തിന്റെ വികാരപഥം തകിടം മറിയാ തിരിക്കാൻ ഭർത്താവിനെ അന്നേരത്ത് മിണ്ടാനനുവദിച്ചില്ല. നിശ്വാസ ത്തിൽപോലും നിങ്ങളുടെ പ്രാണസ്പന്ദനത്തെ രാഗവിതാനം ചെയ്യാൻ സാധിച്ചു. ശയ്യയിലെ ശരീരം നിങ്ങളുടേതു മാത്രമായി... ഇതൊരു ല ക്ഷണമൊത്ത ആത്മവഞ്ചന തന്നെയെന്ന് കേൾക്കുന്നവർക്ക് തോ ന്നാം. പക്ഷെ, ശരീരങ്ങൾ തമ്മിലല്ല, ആത്മാവുകൾ തമ്മിലാണ് നീ തി പുലർത്തേണ്ടതെന്ന ഒരു പ്രകൃതികല്പന പാലിക്കപ്പെടുകയാവാം. പിന്നീട്, കഠിനമായ ധ്യാനമുറിവുകൾക്കൊടുവിലാണ് എനിക്കു വി മോചിതയാകാൻ കഴിഞ്ഞത്. നിങ്ങളുടെ ശരീരബാധ ഒഴിപ്പിച്ച് ഭർ ത്താവിനെ പ്രതിഷ്ഠിക്കാൻ സാഹസപ്പെടേണ്ടി വന്നു. അത് പരിശു ദ്ധാത്മാവിന് പിടിച്ചില്ലായിരിക്കാം. അക്കാര്യം സഫലമായ അതേ രാത്രി യിൽ തന്നെ അദ്ദേഹം നഷ്ടപ്പെട്ടു. ഒരടിയന്തിരവിളിയുടെ പിന്നാലെ പുറത്തേക്ക് ഓടേണ്ടി വന്നു. കൊല്ലപ്പെട്ട വാർത്തയാണ് അന്ന് തിരി ച്ചെത്തിയത്.ദുരന്തവിവരമറിഞ്ഞ നിമിഷത്തിൽ, എന്റെ മനസ്സിൽ കൊ ലയാളിയുടെ മുഖമായി ഇരച്ചുവന്നത്, സത്യത്തിൽ നിങ്ങളുടേതാ യിരുന്നു. എന്റെ പരിധിയിൽ മാത്രമൊതുങ്ങിയ ദുഷ്ചിന്തയായിട്ടും, നീണ്ടകാലം, അതിന്റെ കുറ്റബോധം കൊണ്ട് നിങ്ങളെ കാണാതിരി ക്കാനാണ് ഞാൻ ശ്രമിച്ചത്. ഒരു നിരപരാധിയോടു ഇതേക്കാൾ വലി യ തെറ്റ് മറ്റാരും കാട്ടിയിട്ടുണ്ടാവില്ല".

ഈ സംഭാഷണം രണ്ടുപേരും അന്ന് നല്ലവണ്ണം ആസ്വദിച്ചെങ്കിലും അതിന്റെ വികാരരൗദ്രത ചിത്രേശ്വരനിൽ കനംവച്ചത് പിന്നപ്പിന്നെ യാണ്. അതിനു കാരണമുണ്ട്. വാസ്തവത്തിൽ അവനും നിരപരാധി യായിരുന്നില്ല. ആ ദിവസം, അയാൾ കൊല്ലപ്പെട്ട വിവരമറിഞ്ഞ നിമി ഷത്തിൽ അവനു നടുക്കമുണ്ടായില്ല. പകരം ആ വാർത്ത അവനെ ലഹരിപിടിപ്പിക്കുകയായിരുന്നു. അടുത്ത രംഗത്തേക്ക് പാഞ്ഞുകയ റാനുള്ള ഒരു കഥാപാത്രമായി നിയോഗിക്കപ്പെട്ട പ്രേക്ഷകനെപ്പോ ലെ, അവൾക്കരികിലെത്താൻ അവൻ വെമ്പൽ പൂണ്ടു. അന്നവിടെ കുതിച്ചെത്തിയിരുന്നു, അവളുടെ കണ്ണിൽ പെട്ടില്ലെങ്കിലും.. ഒരു പക ലും രാവും ശവപ്പെട്ടിക്കു കാവൽ നിന്നു. ഉയിർത്തെണീക്കരുതേയെ ന്ന പ്രാർഥനയോടെ. കുഴിമാടത്തിൽ ശക്തിയോടെ പതിച്ച അവസാ ന പിടി മണ്ണ് അവന്റേതായിരുന്നു. ശവസംസ്കാരത്തിനു ശേഷമുള്ള മൂന്നു ദിനങ്ങൾ അവൻ ആ വീട്ടിന്റെ ഉമ്മറത്തുണ്ടായിരുന്നു, അത

വൾ അറിഞ്ഞതേയില്ല.

'നിന്നെ കാണണമെന്നു കരുതിയപ്പോഴൊക്കെ പിന്മാറേണ്ടി വന്നു. നിന്റെ പ്രിയപ്പെട്ടവൻ മരിച്ചതിൽ ആവേശം കൊണ്ട ഒരുവൻ നിന്നെ ആശ്വസിപ്പിക്കുന്നതെങ്ങനെ!!' ഈ വിചാരത്താൽ ചിത്രേശ്വരൻ അകന്നു മാറി. പിന്നപ്പിന്നെ അടുത്തു വരാനാകാത്ത വിധം അവനെ എതിർ വാതുലം ബാധിച്ചു.

ഒഴിഞ്ഞ കളത്തിൽ കയറി നിൽക്കാൻ കാലം കളംവരച്ച് വെല്ലുവിളിക്കുന്നതായി തോന്നിയപ്പോഴൊക്കെ അവൻ കൂടുതൽ കൂടുതൽ പിൻവലിഞ്ഞു. അവന്റെ മനസ്സിൽ പരാജിതന്റെ പടക്കോപ്പുകൾ പെരുകി. നിമിഷം മാറുന്തോറും അകന്നകന്നു പോകണമെന്ന ചിന്ത ഗുരുതരമായി. അവളിൽ നിന്നും വിദൂരതയിലേക്ക് മാഞ്ഞു തീരാൻമാത്രം ആശിച്ചു.

കാമുകനും ഭ്രാന്തനും രക്തസാക്ഷിയും കൊലയാളിയും പ്രതിബിംബമായുള്ള നാലുദിക്കുകളെ മാറിമാറി കണ്ടുകൊണ്ട് ചുറ്റിത്തിരിയുന്ന ഒരു നോക്കുകുത്തിയായി സ്വയമുറപ്പിക്കപ്പെട്ടു. മറ്റൊരു ഭ്രമണചര്യയില്ലാത്തവനായി മാറി. ആ കറക്കത്തിനിടയിൽ ഒരു ദിക്കിലെത്തുമ്പോൾ പ്രണയകവിതകളെഴുതും; മറ്റൊരു ദിക്കിനു നേരെ ഭ്രാന്തനാവും; അടുത്ത ദിക്കിൽ സ്വയം ബലിയർപ്പിക്കും; നാലാമത്തെ ദിക്കിനോട് പ്രതികാരം കത്തിയാളും. വീണ്ടും അതേ മട്ടിൽ ആവർത്തിക്കും. ആ ഭ്രമണം എത്രയോ കാലം തുടർന്നു.

*** ***

ചില നേരങ്ങളിൽ ചില മുഖച്ഛായകൾ മനസ്സിൽ പ്രത്യക്ഷപ്പെടാറില്ലെ, മുൻപൊന്നും പരിചയമില്ലാത്തവർ. ഇതിനു മുമ്പ് എവിടേയും കണ്ടുമുട്ടിയിട്ടില്ലാത്തവർ. അവരാരാണെന്നോ, എവിടെയാണെന്നോ നിർണയിക്കാനാവില്ല. ഭൂമിയിലോ ത്രികാലങ്ങളിലോ എവിടെയോ അവരുണ്ടാകാം. മുഖങ്ങളിൽ മിക്കതും അപ്പോൾ തന്നെ മാഞ്ഞു പോകും. ചില മുഖങ്ങൾ ഏറെനേരം തങ്ങിനിൽക്കും. എവിടെയാവും അവ തങ്ങിനിൽക്കുന്നത്? തീർച്ചയില്ല. മനസ്സിന്റെ മാറാലകൾക്കുള്ളിൽ, അതല്ലെങ്കിൽ, നോട്ടം പതിയുന്ന ചാരുഛന്ദസ്സുകളിൽ, ചലന ചിത്രമായി നീങ്ങുന്നുണ്ടാവും. അത്തരത്തിലൊരു സുഗന്ധമാർന്ന ഛായാപുഷ്പമായി പരിലസിച്ച മുഖമായിരുന്നു അവനെ സംബന്ധിച്ച് യൗവനയായ സിസിലി. മേഘങ്ങളിലൊറ്റയായ്, മാനത്തിനപ്പുറമനന്തതയായി, ജലവടിവുകളിൽ മഞ്ഞുശില്പമായി, ഒപ്പം ശയിക്കുന്ന ആകാശമായി, ചൊല്ലൽ വഴങ്ങാത്ത ശൂന്യകവിതയായി അവൾ മാറിക്കൊണ്ടിരു

ന്നു. അവൾ ആരെന്നറിയാതെ..

കോളേജിലേക്കുള്ള ബസ് യാത്രക്കിടെയായിരുന്നു ആദ്യസംഭവം. സമയം തെറ്റാതെ ക്ലാസിലെത്താനുള്ള തിടുക്കത്തിലായിരുന്നു ചിത്രേശ്വരൻ. ബസ് അതിവേഗതയിലാണോടുന്നതെങ്കിലും ഏറക്കുറെ നിശ്ചലാവസ്ഥയാണ് അവനനുഭവപ്പെട്ടത്. ബസ് ഡ്രൈവറുമായി അവന്റെ മനസ്സ് പിറുപിറുത്തു: 'ഇത്തിരി വേഗം കൂട്ടൂ'..

ബസ് വേഗം കുറച്ച് ഏതോ ഒരു സ്റ്റോപ്പിൽ നിർത്തി.

അവൻ ഏറ്റവും പിറകിലെ സീറ്റിലാണുള്ളത്. മുൻവാതിലിനടുത്ത് ഒരു നിറക്കൂട്ട് തെളിഞ്ഞു. ഇളംറോസ് പ്രഭാപരിവേഷത്തോടെ ഒരു യാത്രക്കാരി ഇറങ്ങുകയാണ്. ആ പെൺകുട്ടി യാദൃച്ഛികമായി പിറകിലേക്കു നോക്കി. ആരേയും ലക്ഷ്യമിടാത്ത ആ നോട്ടം സന്ദർഭവശാൽ ചിത്രേശ്വരന്റെ കണ്ണിലാണ് കൊണ്ടത്. അവനൊന്നു തിളച്ചു. കാഴ്ചയിൽ തീനാളം വിടർന്നു.

ഇതവൾ തന്നെ. തന്റെ കല്പിത കാമുകി. സ്വപ്നവാനങ്ങളിൽ പാറി നടക്കാറുള്ള അജ്ഞാതയായ മുഖം..

മുൻവാതിൽ തുറന്ന് അവളിറങ്ങിപ്പോകുകയാണ്. സ്വബോധം വഴുതിയ മട്ടിൽ, പിൻവാതിലിലൂടെ അവനും ചാടിയിറങ്ങി.

കോളേജിലെത്താൻ ദൂരമിനിയുമുണ്ട്.

അവൻ കോളേജിനെ മറന്നു, അന്നത്തെ ക്ലാസു മറന്നു, ഇന്നെവിടേക്കാണെന്ന ലക്ഷ്യം മറന്നു, സ്വയം മറന്നു..

എല്ലാ ചിന്തയും ഇളംറോസ് വലയത്തിന്റെ അകമ്പടിയുള്ള ആ പെൺകുട്ടിക്കു പിന്നാലെയായി. തെല്ലു വിറയലോടെയായിരുന്നു ആ പിന്തുടരൽ.

അവളാകട്ടെ, മുന്നോട്ടു മാത്രം മുഖം കൊടുത്താണ് നീങ്ങുന്നത്. പ്രധാന റോഡിൽനിന്നും പള്ളി റോഡിലേക്കു മാറിയുള്ള സഞ്ചാരം അഞ്ഞൂറു വാര പിന്നിട്ടപ്പോൾ, പൊടുന്നനെ അവൾ നിന്നു. ഗ്രോട്ടോയുടെ അരികിലാണിപ്പോൾ നില്പ്.

അത്രയും നടത്തത്തിനിടയിൽ ആദ്യമായിട്ട്, അവളുടെ മുഖം വലതുവശത്തേക്ക് വെട്ടിച്ചു. കണ്ണു പതിഞ്ഞത് കുരിശിൽ ചലനമറ്റു കിടക്കുന്ന ക്രിസ്തുരൂപത്തിൽ.. തിരുമുഖം ആദ്യമായി കാണുന്ന മട്ടിൽ നോക്കുകയാണ്.. അവിടെ ഏതോ തിരുനിമിഷങ്ങളുടെ വീണ്ടെടുപ്പുണ്ടായി.

തൊട്ടു പിറകിൽ, ചിത്രേശ്വരനും നടത്തം പിഴച്ചു. അപ്പോഴും നോട്ടം പിഴച്ചില്ല പെൺകുട്ടിയുടെ ദിശയിൽ തന്നെ.

ക്രിസ്തുവിൽ നിന്നും പൊടുന്നനെ പിൻവലിച്ച അവളുടെ കണ്ണ് തെറിച്ചു കൊണ്ടത് പിന്നാലെ കൂടിയ ചിത്രേശ്വരന്റെ കണ്ണിൽ..

തൽക്ഷണം, അവന്റെ മുഖം ഈശോപരിവേഷം പോലെന്തോ മൂടി. പ്രിയപ്പെട്ടൊരാളെ കാണുംപോലെയായിരുന്നു അവൾ നോക്കിയത്. ഒരു പുഞ്ചിരിയും ഒപ്പം പൊഴിഞ്ഞു.

അവനും അവൾക്കുമിടയിലൂടെ ഒരു വെളുത്ത ശലഭം തുഴഞ്ഞു പോയി.

ആ പുഞ്ചിരിയിൽ നിന്നു നക്ഷത്രങ്ങളുയർന്ന് ആകാശം ചൂടിയിരിക്കണം... പടിഞ്ഞാറിൻ ദിക്കിലെവിടെയോ നിന്ന് പണ്ഡിതന്മാർ മൂന്നു പേർ അതു കണ്ടിരിക്കണം. 'എവിടെയോ പ്രണയം പിറന്നിരിക്കുന്നു.' അവർ തീർച്ചപ്പെടുത്തിയിരിക്കണം.

ആ പുഞ്ചിരി ഒരായുഷ്കാലത്തേക്ക് ചില്ലിട്ടു സൂക്ഷിക്കാനുള്ളത്. ആ പുഞ്ചിരിയുടെ ഭൂപടം ദേശത്തിനും പകർന്നു കഴിഞ്ഞിരുന്നു. സൗന്ദര്യത്തിന്റെ വരകൾ പൊട്ടിവിടരുന്ന മാന്ത്രികദൃശ്യം അവിടെയാകെ പരന്നു. ഉൽപത്തിപ്പുസ്തകത്തിലെ കാനൻ പുണ്യദേശത്തിന്റെ ഒരു വിദൂരഛായ ദേശത്തിനു കൈവന്നു. പ്രളയാനന്തരം അബ്രഹാമിനും വംശപരമ്പരകൾക്കും വേണ്ടി യഹോവ വരച്ചിട്ടതാണല്ലോ കാനൻ ദേശം. യോർദാൻ നദിക്കരയിലെ പൗരാണിക നഗരത്തിന്റെ നിഴലറ്റത്ത് ഈ ദേശത്തെ വരച്ചിടാൻ, ചിത്രകാരൻ ദൊമെനിക്കോ ഗാർഗിയൂലോ ബ്രഷുമായി വന്നുപോയപോലെ. രണ്ടായിരംവർഷം താണ്ടിയെത്തിയ കാൽവരിയുടെ മേഘലങ്ങൾ കുന്നിൻ നെറുകയിലെ കുരിശിനുമീതെയും കണ്ടു. ലൂർദ് മാതാ ദേവാലയത്തിൽ നിന്നുയരുന്നത് എത്ര പഴകിയതും കരുണാർദ്രവുമായ മണിമുഴക്കം! അഭൗമധ്രുവങ്ങളിൽ ലയിച്ചു ചേരുന്ന മിസ്റ്റിക് പ്രകൃതി.

സ്നേഹവും ശാന്തിയും ചില്ലിട്ടുവച്ച ധ്യാനപ്രകൃതിയുടെ ചരിത്രാതീത മന്ദഹാസം ദേവാലയഭിത്തികൾക്കു പ്രാചീനഭംഗിയേകി.. ഓരോ ചിത്രത്തിലും മുൾക്കിരീടമണിഞ്ഞ കാലത്തിന്റെ അതിജീവനം ആലേഖനം ചെയ്യപ്പെട്ടിരിക്കുന്നു. സ്വന്തം രക്തവും മാംസവും യുഗയൗവനത്തിന് വാഗ്ദാനം ചെയ്ത മിശിഹായുടെ വഴിത്താരയിൽ പൂക്കൾ പൊഴിഞ്ഞു. പ്രാർഥനയുടെ നിശ്ശബ്ദസ്ഥലികൾ മഹാസൗന്ദര്യം പൂകി.

അവളുടെ ദേശമേതെന്നറിയാനായി. ഇനി അവളുടെ പേര് എന്താണെന്നറിയണം. അതറിഞ്ഞ ശേഷം, വീട്ടിൽ വിളിക്കുന്ന വിളിപ്പേരറിയണം. എന്നാലേ മതി വരൂ.. അതുമറിഞ്ഞാൽ, ആ പേരിനെ വെട്ടിയൊതുക്കി തന്റേതായ പുതിയ പേരാക്കണം.. പ്രണയത്തിന്റെ നാമ

കരണത്തിന് ഇങ്ങനെ മൂന്നാലു ഘട്ടങ്ങളുണ്ട്... പേരറിയാനെന്താണു വഴി? അറിയുന്നതുവരെ അവളെ സിസിലിയെന്നു വിളിക്കാം.

സിസിലി പള്ളിയിലേക്കുള്ള പടികൾ കയറുകയാണ്.

നേർക്കുനേരെ ചോദിച്ചാലോന്നായി ചിന്ത.. അതോടെ ചങ്കിടിപ്പു കൂടി.. ഇവിടെ നിന്നും പിന്തിരിഞ്ഞാൽ മതിയെന്നായി മനസ്സിന്റെ മറ്റൊരു ചായ്‌വ്. പാടില്ല, ഒരവസരം ഇനി വന്നു പെട്ടില്ലെങ്കിലോ..

സിസിലിക്കു പുറകെ കുതിച്ചു.. പടികൾ കയറുംതോറും നെഞ്ചിടിപ്പു വർധിച്ചുകൊണ്ടിരുന്നുണ്ട്. അപ്രകാരം കയറ്റവും ധ്രുതഗതിയിലായി. ഒരു വേള അവളെ മറികടന്നപ്പോൾ, അവളുടെ വശത്തേക്ക് മുഖം പാതി തിരിച്ച് ധൈര്യംവരുത്തി ചോദിച്ചു..

"സിസിലിയെന്നാണോ പേര്?"

എന്റെ ഒച്ച കനം കുറഞ്ഞ് പൊടിഞ്ഞുപോയതായി തോന്നി. ഉമിനീരു തുണച്ചതേയില്ല. നെറ്റിയും കവിളുമാണെങ്കിൽ സർവത്ര വിയർത്തു.

"അതെ.., അറിയുമോ ..."

ഉത്തരം കേട്ടപ്പോൾ അവനൊന്നു ഞെട്ടി. അവളാകട്ടെ, ഒട്ടും ഭാവഭേദമില്ലാതെയാണ് മറുപടി കൊടുത്തത്.

"പ്രൈമറി ക്ലാസിൽ എന്റെ കൂടെ പഠിച്ചിരുന്ന ഒരു സിസിലിയുണ്ടായിരുന്നു. അവളെ പോലെ.. "

വിക്കിവിക്കിയായിരുന്നു ചിത്രേശ്വരന്റെ വാക്കുകൾ..

അവളിൽ നിന്നുതിർന്നത് ചിരിയാണ്. അവന്റെ ചുണ്ടു നിലച്ചപ്പോൾ അവളുടെ ചിരി വിടരുകയായിരുന്നു.

"ഞാൻ പഠിച്ചത് ഗേൾസ് സ്കൂളിലായിരുന്നു. ബോംബെയിലാ"

അത് കേട്ടപ്പോഴേക്കും, അവന്റെ മനസ്സ് പുതിയ ഘട്ടത്തിലെത്തിയിരുന്നു. ഏതു വഴിക്കോ ധൈര്യമുണർന്നു; ശബ്ദം തിരിച്ചെത്തി:

"ഇവിടെ അടുത്താണോ"

അവൾ സെമിത്തേരിയുടെ ഭാഗത്തേക്ക് ചൂണ്ടി - ഒരു മൺപാത കാട്ടിത്തരാൻ.

"ആ വഴി പോകണം. കുന്നിറങ്ങിച്ചെല്ലുമ്പോൾ ഒരു തൂക്കുപാലമുണ്ട്. അതും കടന്നു ചെന്നാൽ "

ആ നില്പിൽത്തന്നെ പാലം തന്റെ ദൃഷ്ടിയിലേക്കെടുത്തു. അവൻ പാലത്തിൽ കയറി. പാലം കുലുങ്ങിക്കൊണ്ടിരിക്കുകയാണ്. ഓരോ ചുവട് മുന്നോട്ടായുമ്പോഴും ആടിയുലച്ചിലിനു വേഗം വർധിച്ചു. ഇരുഭാഗത്തേയും കമ്പികളിൽ പിടിച്ച് അവൻ നിന്നു. അതോടെ നെഞ്ചി

ടിപ്പ് താഴാൻ തുടങ്ങി. പൂർവസ്ഥിതിയിലാകും വരെ അവിടത്തന്നെ നിന്നു.

അവൻ പള്ളിമുറ്റത്തു തന്നെയുണ്ട്. ആയുസ്സിന്റെ അന്ത്യം വരെ ഓടി തിരിച്ചു വന്നവനെപ്പോലെ വിയർക്കുന്നുണ്ടായിരുന്നു.

അതിനിടയിലെപ്പോഴോ 'ഞാൻ നടക്കട്ടെ' എന്നു പറഞ്ഞ് അവൾ യാത്ര പറഞ്ഞിരുന്നു. മൺപാതയിലൂടെ, കമ്പിപ്പാലത്തിനടുത്തേക്ക്, അതിനപ്പുറത്തെ തന്റെ വീടു ലക്ഷ്യമാക്കി അവൾ നടന്നകലുന്നു.

ആശയും നിരാശയും പൂർത്തിയായ ഒരു നിഴൽപേടകം പിന്മടങ്ങി തന്റെ കോളേജിലേക്കുള്ള വഴി തിരഞ്ഞു.

....

രാത്രിയിൽ ഉറങ്ങാൻ കിടന്നപ്പോൾ ചിത്രേശ്വരൻ ഓർത്തുനോക്കി: ഇന്നത്തെ ദിനം ഒരു കിനാവായിരുന്നുവോ..

കവിതയും ചിത്രവും

കോളേജിന്റെ രണ്ടാംനിലയുടെ ഇടനാഴിയിൽ അവളെത്തിച്ചേരുമെന്ന് സ്വപ്നേപി കണക്കു കൂട്ടിയതല്ല.

ഗണിത വിഭാഗം പി.ജി.ബ്ലോക്കിൽ നിന്നും കൊമേഴ്സ് ബ്ലോക്കിലേക്കുള്ള കോവണിയിറങ്ങവെ, ഇടത്തട്ടിലിതാ, അവൾ പ്രത്യക്ഷപ്പെട്ടിരിക്കുന്നു, സിസിലി.

അധ്യയന വർഷത്തിലെ ആദ്യദിനങ്ങളാണപ്പോൾ..

വിസ്മയം വിടർത്താതെ തിരക്കി:

"ഇവിടെ..?"

മറുപടിയും സുപരിചിതഭാവത്തോടെ:

"ബി.കോമിനു ചേർന്നു."

ക്ലാസു തുടങ്ങിയിട്ട് ഒരാഴ്ച പിന്നിട്ടിരിക്കുന്നു. സംഘടനാ പ്രവർത്തകനെന്ന നിലയിൽ കൊമേഴ്സ് ബിൽഡിംഗിൽ പലവട്ടം സന്ദർശിച്ചതാണ്. ഒന്നാം വർഷ വിദ്യാർഥികളേറെപ്പേരെയും ഒന്നിലേറെ തവണ കണ്ടുമുട്ടി. ഈ മുഖം കണ്ണിൽ പെട്ടില്ലല്ലൊ..

"കഴിഞ്ഞാഴ്ച ക്ലാസിലുണ്ടായിരുന്നില്ലെ?"

"ഉണ്ടായിരുന്നു, ആ ദിവസമൊഴികെ"

അവളുടെ മറുപടി പള്ളിപ്പരിസരത്തെ ദിവസത്തിന് അടിവരയിടുന്നതായിരുന്നു.

ആദ്യദിനം ക്ലാസിൽ കൂട്ടത്തോടെ സീനിയേഴ്സ് കേറിനിരങ്ങി. ചില വിദ്യാർഥിനേതാക്കൾ പ്രസംഗിക്കുന്നതും കണ്ടു. അതിലൊരാളുടെ മാത്രം പ്രസംഗം പ്ലാറ്റ്ഫോമിൽ കയറിനിന്നായിരുന്നില്ല. സ്റ്റുഡന്റ്സിന്നടുത്തേക്കു നീങ്ങിയായിരുന്നു. ഇതാണല്ലെ, ആ മുഖം. സിസിലിക്ക് വ്യക്തത വന്നു.

അവർക്കിടയിലൂടെ ഒരു വെള്ള ശലഭം പറന്നു പോയി.

പിന്നൊന്നും പരസ്പരം ചോദിച്ചില്ല.

രണ്ടുപേരും പിരിയാൻ അന്യോന്യം തിടുക്കം കാട്ടി. അവരവരുടെ വഴിക്ക് നീങ്ങി.

അന്നു വൈകുന്നേരം ഒഴിവു കിട്ടിയ വേളയിൽ കോളേജ് ഓഫീസിനു പുറത്തെ നോട്ടീസ് ബോർഡിൽ പതിഞ്ഞുകിടന്ന അഡ്മിഷൻ ചാർട്ടിൽ ചിത്രേശ്വരന്റെ കണ്ണുകൾ ഒന്നുകൂടി തിരഞ്ഞു. ഒന്നാം വർഷ ബി.കോമിന്റെ പട്ടികയിലെത്തിയപ്പോൾ കാഴ്ച പിടച്ചു. മെറിറ്റ് ക്രമത്തിലുള്ള നിരയിൽ ഒന്നാമത്തെ പേരു മാത്രമേ നോക്കേണ്ടി വന്നുള്ളു: സിസിലി. സി. നോബ്ൾ.

ആ വിശുദ്ധനാമം പർപ്പ്ൾ നിറത്തിൽ മിടിക്കുന്നതായി അവൻ കണ്ടു. കാലാന്തരങ്ങളിൽ നിലയ്ക്കാത്ത നിറമിടിപ്പ്.

ആ വർഷം പിന്നെ, ചിത്രേശ്വരൻ ബി.കോം. ഒന്നാം വർഷ ക്ലാസിലേക്ക് പോയതേയില്ല. അവിടെ പ്രസംഗിക്കേണ്ടി വരുമ്പോൾ ഒഴികഴിവു കണ്ടെത്തി സഹപ്രവർത്തകരെ ചുമതലപ്പെടുത്തും. അവന്റെ പ്രസംഗം സിസിലിയും പിന്നൊരിക്കലും കേട്ടില്ല. കേൾക്കാൻ ഏറെ കൊതിച്ചതാണെങ്കിലും.

അവളൊരിക്കൽ നേരിട്ടു പറയുകയുണ്ടായി. കൂട്ടുകാർ പുകഴ്ത്തിപ്പറയുമായിരുന്നത്രെ: ‘ഹൃദയത്തിൽ നിന്നുള്ള വെളിപാടുകൾ. ഹൃദ്സ്പന്ദം പോലെ ശ്രവിക്കാവുന്ന വാക്കുകൾ.. മറ്റു പ്രാസംഗികരെപ്പോലെ ആക്രോശങ്ങളും വെല്ലുവിളികളും ഒന്നുമില്ലാത്ത ഒന്ന്.’ ആരും തന്നെ പ്രശംസിക്കുന്നത്, സിസിലിയാലും, ചിത്രേശ്വരൻ ഇഷ്ടപ്പെട്ടിരുന്നില്ല. രംഗത്തു നിന്നും മാറിക്കളയും.

സ്നേഹത്തിന്റെ പരിസരങ്ങളിൽ നിന്നെല്ലാം പിന്മാറുകയെന്നതായിരുന്നു മനസ്സിന്റെ യാത്രാപഥം. എവിടുന്നൊക്കെ അങ്ങനെ മാറി നിന്നിട്ടുണ്ടാകും !

അനുരാഗത്തെ ഒഴിവാക്കുകയെന്നത് സംഘടനാപരമായ ആശയം കൂടിയായിരുന്നു അക്കാലത്ത്. ലെനിന്റെ മുഖവുമായി ഒരാൾ ഇടക്കിടെ മനസ്സിൽ വന്ന് പറയും: ‘പ്രണയം നിന്റെ വഴി തടയും. കർമനിരതനായ ഏകാകിക്കു മാത്രമേ വിപ്ലവത്തെ വഴികാട്ടാനാവൂ.. കാത്തിരിപ്പും നിരാശയുമിടകലർന്ന ഉദാസീനത ഒരു പോരാളിക്കു ചേർന്നതേയല്ല’

ആ ഉപദേശം അക്ഷരംപ്രതി പാലിക്കാനായി വികാരത്തെ വന്ധീകരിക്കാൻ ശ്രമിച്ചു കൊണ്ടേയിരുന്നു. ചില ഇടവേളകളിൽ ആ ശ്രമം പരാജയപ്പെടും. ലിഖയുടെ അമ്മ ലിഖിത പ്രണയവതിയായെത്തുന്ന

ത് അങ്ങനൊരു ഇടവേളയിലാണ്. ഹൃദയമൂർഛയുടെ ഉച്ചകോടിയിലായിരുന്നു ആ ബന്ധത്തിന്റെ ആരംഭം. തുടർന്നുള്ള മൂന്നു വർഷം യഥാർഥത്തിൽ അനുഭവിച്ചത് അനുരാഗത്തിന്റെ അവരോഹണമായിരുന്നു. ദമ്പതികളാകും മുമ്പെ അതിന്റെ നെല്ലിപ്പടിയിലെത്തുകയും ചെയ്തു..

മംഗല്യ മുഹൂർത്തത്തിൽ രണ്ടു മരപ്പാവകളാണ് വിവാഹിതരായത്.

ആദ്യരാത്രിയിൽ ചിത്രേശ്വരനും ലിഖിതക്കും അന്യോന്യം പ്രതിമകളാണെന്നു തന്നെ തോന്നായ്കയില്ല. ശയ്യയിൽ കൂടെയുള്ളത് ആത്മാവ് വികലമായ മാംസരൂപം.. ശരീരത്തിലെവിടേയും രതി ശേഷിച്ചതായി രുചിക്കാനായില്ല. ശരീരങ്ങൾ കൂട്ടിമുട്ടുമ്പോൾ അസഹ്യതയെന്ന വികാരമാണ് ആളുക. ചുംബനങ്ങളുറപ്പുളവാക്കി. കാമനകളുടെ ചിഹ്നം ചുണ്ടിലോ കണ്ണിലോ മിന്നിയില്ല. ആലിംഗനക്രിയ ഓക്കാനത്തിൽ ഒടുങ്ങി. അന്യോന്യമതു വെളിപ്പെടുത്താതെ വാഷ്ബേസിൻ ആശ്രയിക്കേണ്ടി വന്നു. ഒരുവേള, ലൈറ്റ് ഓഫ് ചെയ്ത് അപരിചിതരാകാൻ മെനക്കെട്ടു. തുടർന്നുള്ള ലൈംഗികപരീക്ഷണങ്ങളും നിരർഥകതയിൽ തന്നെ നിപതിച്ചു. പ്രണയകാലത്തിനിടയിൽ പഴകിപ്പോയ ആദ്യചുംബനത്തെ വീണ്ടും മനസ്സിലടക്കിപ്പിടിച്ച്, മൂന്നു വർഷത്തിനിടയിലെന്നോ, ആലിംഗനബദ്ധരായ സമയത്തെ, മുട്ടിനു മീതെ സിൽക് സ്കർട് സ്വല്പമുയർന്ന് കണ്ണാടിബിംബത്തിൽ നഗ്നത ദൃശ്യപ്പെട്ടതിന്റെ ഓർമത്തുണ്ട് ആവാഹിച്ച് വളരെ ക്ലേശപൂർവം കാമത്തോടു കല്പിക്കേണ്ടി വന്നു. രാത്രികഥ അവ്വിധമാണ് പൂർത്തീകരിച്ചത്. രതിസമാപ്തിയിൽ കരഞ്ഞു പോയി രണ്ടു പേരും.

സിസിലി സോളമൻ ദമ്പതികൾക്കും ആദ്യരാത്രിയായിരുന്നു അന്ന്.

ആ രാവിൽ സിസിലിയും കരഞ്ഞു. ഇരുളിലെവിടെയോ നിലച്ച സോളമനിൽ നിന്നും വാർന്നുപോയ ഞരക്കത്തിന്റെ മാറ്റൊലിയായി.

ചിത്രേശ്വരനും സോളമനും രണ്ടു ഗർഭപാത്രങ്ങളിൽ ജനിച്ച 'ഇരട്ട' കളാണ്. രൂപത്തിൽ സമാനതകളൊന്നുമില്ലെങ്കിലും ആത്മാവ് സദൃശങ്ങളാണ്. ആത്മസഞ്ചാരമാകട്ടെ, വിപരീതഗണിതത്തിലും. ഒരാൾ ഒന്നും ഒന്നും ഗുണിച്ച് ഒന്നെന്നെഴുതുമ്പോൾ, മറ്റേയാൾ ഒന്നും ഒന്നും ഹരിച്ചിട്ടാവും ഒന്നെന്നെഴുതുക. ഒരാൾ വിശപ്പിനെ നിർധാരണം ചെയ്ത് ജീവിതത്തെ നിർവചിക്കുമ്പോൾ മറ്റേയാൾ ജീവിതത്തെ കലനം ചെയ്ത് വിശപ്പിനെ നിർവചിക്കും. ചിത്രേശ്വരൻ വര കൊണ്ടാണെങ്കിൽ സോളമൻ വരി കൊണ്ട് ആത്മാവിഷ്കാരത്തെ സുന്ദരമാ

ക്കും.

രണ്ടുപേർക്കും ഒരേ പ്രായം, ഒരേ കോളേജിൽ പി.ജി.അവസാന വർഷ വിദ്യാർഥികൾ. ചിത്രേശ്വരൻ ഗണിതം, സോളമൻ ഭൗതികം. രാഷ്ട്രീയചിന്തകളും സമരേഖയിൽ മുന്നേറി. ചിത്രേശ്വരന് സോളമൻ ഒരു സെക്ടേറിയൻ. സോളമന് ചിത്രേശ്വരൻ ഒരു റിവിഷനിസ്റ്റ്. അവരുടെ സ്വപ്നലോകവും സമാന്തരമായിരുന്നു. രണ്ടാളേയും കൂട്ടിമുട്ടിക്കാൻ അനന്തതയിൽ സിസിലിയെന്ന ഒരു ബിന്ദു നിലകൊണ്ടു.

ചിത്രേശ്വരൻ ലൈബ്രറിയിൽ സിസിലിയുമൊത്ത് ഇരിക്കുമ്പോൾ, അതുകാണവെ, സോളമൻ കാമ്പസിലെ ഏറ്റവും അകലെയുള്ള മരച്ചുവട്ടിലേക്കു നടക്കും. അന്നേരം ഉന്മത്തമായ ഒരശരീരി അവനെ വലയം ചെയ്തിട്ടുണ്ടാവും. അതു കവിതയായി പിറവിയെടുക്കും. ആ കവിത പൂർത്തിയാകുന്നതോടെ മാത്രമേ അവന്റെ മന:ക്ഷോഭം നിലയ്ക്കൂ.

ലൈബ്രറിയിൽ സിസിലിയുമൊത്ത് സോളമനാണെങ്കിൽ, ആ മരച്ചുവട്ടിലെത്തുന്നത് ചിത്രേശ്വരനായിരിക്കും. അവന്റെ കാൻവാസിൽ മിഴിവേറിയ ഒരു ദൃശ്യം പിറന്നിരിക്കും. മറ്റൊരു മാരകമനസ് എന്നാൽ മാത്രമേ ശാന്തമാകൂ.

ചിത്രവും കവിതയും മാറിമാറി ആ കാമ്പസിൽ പിറവിയെടുത്തു.

ബ്രഷ് വിരലിനിണങ്ങിയതു തൊട്ടേ, എന്തുകൊണ്ടോ, ചിത്രേശ്വരന്റെ വരയിൽ സ്ത്രീരൂപങ്ങൾ പ്രത്യക്ഷപ്പെടാറില്ല. അതിന്റെ കാരണങ്ങളിലൊന്ന് സ്ത്രീയെ ആവശ്യത്തിലേറെ വിലമതിക്കുന്നതാവാം. ബാല്യത്തിലെവിടെയോ സ്ത്രൈണതയുമായി സംഘർഷമനുഭവിച്ചതാകാം.

ആറിൽ പഠിക്കുമ്പോൾ കളിസ്സമയത്തെ ഓട്ടത്തിനിടയിൽ കെട്ടിടത്തിന്റെ മൂലഭിത്തിയുടെ തിരിവിൽ, ഒരു പെൺകുട്ടിയുമായി കൂട്ടിയിടിച്ച സംഭവം ഓർമയിലൊട്ടിപ്പിടിച്ചിരുന്നു. അത് പറിച്ചു മാറ്റാൻ പിന്നീടുള്ള കാലപ്പകർച്ചകൾക്കും കഴിഞ്ഞിട്ടില്ല. സ്ത്രീയെ വരയ്ക്കാനായുമ്പോഴെല്ലാം പരസഹസ്രം കോങ്കണ്ണുകളുള്ള ഏതോ ഭൂതകാലം ഭയപ്പെടുത്തും. ഒരു പെണ്ണും താനും മാത്രമുള്ള പറുദീസയിലേ ആ ഭയം കടന്നു വരാതിരിക്കൂ എന്നുമവൻ വിശ്വസിച്ചു. ആദമും ഹവ്വയും മാത്രമുള്ള ഏദൻതോട്ടത്തിൽ.

പക്ഷെ, വരച്ചു..

അധ്യയന വർഷത്തിലെ അവസാന നാളുകളിൽ, ആദ്യമായി അവൻ സ്ത്രീയെ വരച്ചു.. പനിച്ചു കിടന്ന മൂന്നുദിവസങ്ങളിൽ, സിസിലിയെ

കാണാതിരുന്ന വ്യാകുലതകളിൽ, സമയമരുഭൂമി താണ്ടുവാൻ അവൻ കണിശമായി വരച്ചു - ഒരു സ്ത്രീരൂപം, സിസിലിയുടെ സൂക്ഷ്മരേഖ.

കാൻവാസിന് ആനുപാതികമായി ഒരു തുഷാരപാതത്തെ അഞ്ചടിപൊക്കത്തിൽ വെട്ടിനിർത്തി ആൾരൂപത്തിൽ കൊത്തിവച്ചതുപോലെ. ഇളംചന്ദനനിറഛായയിൽ നീണ്ട കൈകൾ, ആകർഷകമായ വിരലുകൾ, അതിനു പാകത്തിൽ പേൾ പിങ്ക് നിറത്തിൽ നഖങ്ങളും.. വാഴപ്പോളകൾക്കിടയിൽ നിന്ന് അടർത്തിയെടുത്ത പോലെ പുതുമ പുലർത്തുന്ന കൈത്തണ്ട. മിനുസമേറിയ മുഖലാവണ്യം. മുഖത്തെ അവയവഘടന മൈക്രോ സൂക്ഷ്മതയിൽ അളന്നുവരച്ചിട്ടുണ്ട്. രൂപകലയുടെ സാകല്യം തികഞ്ഞു കിടക്കുന്നത് കണ്ണ്, മൂക്ക്, ചെവി എന്നിവയുടെ അനുബന്ധത്തിലാണ്. ബുദ്ധിപ്രതാപം പ്രതിഫലിപ്പിക്കുന്ന നെറ്റിത്തടം. മുടിപടലം കാനനഛായ മൂടി നിൽക്കുന്നു. പൂവിതളായി പാകപ്പെട്ട കവിൾ. കഴുത്തിലും മാറിടത്തിന്റെ കോൺവടിവിലും നഗ്നതയുടെ കുലീന നൃത്തം .. ധൂമ്രനിറം പ്രസരിക്കുന്ന ഉടുപ്പിനുമീതെ ഉടലഴക് അതേ വടിവിൽ പ്രകുലിതമാവുന്നു. ഏതവയവവും അവളുടേത്. സിസിലിയുടെ നാമധേയമില്ലാത്ത ഒന്നും തന്നെ ആ ചിത്രത്തിലില്ല. തൂമന്ദഹാസം പോലും..

പനിമാറി കോളേജിലേക്കു പുറപ്പെടുംനേരത്തനുഭവിച്ച ശാന്തി ഇന്നോളമില്ലാത്തതായിരുന്നു. അനിർവചനീയമായ ഒരു പുതുമ അവനെ വലയം ചെയ്തു.

കോളേജ് കവാടം തൊട്ടേ പുതുസുഗന്ധം അലയടിച്ചു. ഏതു കോണിലും തന്നെ കാത്ത് സിസിലിയുണ്ടെന്ന പ്രതീതി. തലയുയർത്തി നിൽക്കുന്ന മെയിൻ ബ്ലോക്കിന് സിസിലിയുടെ ആകാരം കൈവന്ന പോലെ.

പ്രതീക്ഷ തെറ്റിയില്ല, ഒഴിഞ്ഞ ദിക്കിൽനിന്നും വരാന്തയിലൂടെ അവൾ ഒറ്റക്കു നടന്നു വരുന്നു. അവൾ അടുത്തെത്തി.

“എന്തുപറ്റി, കഴിഞ്ഞ മൂന്നു ദിവസം?”

അവളിൽ നിന്നും ഉത്കണ്ഠയാർന്ന അത്തരമൊരു ചോദ്യം പ്രതീക്ഷിച്ചു. എന്നാൽ, സിസിലി സാധാരണ ഭാവത്തിലായിരുന്നു... ഒന്നു ചിരിച്ചതേയുള്ളു. അതും അപരിചിത സ്പർശമുള്ള ചിരി. വന്ന വേഗതയിൽ ചിത്രേശ്വരനെ കടന്നുപോകുകയും ചെയ്തു.

എന്തു സംഭവിച്ചു? നഖശിഖാന്തം ഒരു വിറ ബാധിച്ചു. അതോടെ ചിത്രേശ്വരൻ ഒരു പരാജിതന്റെ ശൂന്യശരീരമായി.

എന്തു സംഭവിച്ചു !!?

താനില്ലാത്ത ദിവസങ്ങൾ അവന്റെ കോർടിലായിരുന്നുവോ. കരളിൽ കയ്പു പൊടിഞ്ഞു. ആസകലം മിന്നൽ പാളി. നാവ് അടരറ്റതുപോലെ പിടച്ചു. തിരിഞ്ഞു നോക്കി വിളിച്ചു: സിസിലി.

ആദ്യമായിട്ടാണ് ആ പേരൊച്ച ഈവിധം വികലസ്ഥായിയിൽ പുറപ്പെട്ടത്. ആ പേരിനു ചാർത്തിയ പർപ്പ്ൾ നിറം പൊലിഞ്ഞു. നാവിലൂടെയല്ല, നെഞ്ചുകീറിയാണ് ഒച്ച തെറിച്ചത്.

സിസിലി തിരിഞ്ഞു നിൽക്കുന്നു.

അവളൊന്നു വിറച്ചുവോ.. അതെ, മുഖത്തു കണ്ടു അത്തരമൊരു തരംഗം.. ഒരു കുറ്റബോധത്തിന്റെ വേവൽ. തന്റെ നിഗമനം ശരിവയ്ക്കുന്ന ചഞ്ചലിപ്പ് അവളിലുണ്ടെന്ന പൗരുഷവിശ്വാസം ഒരുമാത്ര ചിത്രേശ്വരനിൽ തലയുയർത്തി. സർവാധികാരിയുടെ കിരീടം തലയിലുണ്ടെന്ന് ആ നിമിഷം തോന്നി. ഭാവം ഹാസ്യാത്മകതയിലേക്ക് വഴുതി. നില തെറ്റിയ ഒരു ചോദ്യം നാവു വിട്ടു:

"നിന്റെ സോളമൻ കഴിഞ്ഞ ദിവസങ്ങളിൽ കൂടെയുണ്ടായിരുന്നോ?"

"ഇന്നലെ കണ്ടിരുന്നു."

അതും പറഞ്ഞ് അവൾ പോയതിനാൽ, അവളുടെ കണ്ണിൽ കൃഷ്ണനക്ഷത്രങ്ങൾ ഝടിതിയിൽ കെട്ടുപോയത് ചിത്രേശ്വരൻ കണ്ടില്ല.. അവളുടെ പാദത്തിന്റെ വേരുകളറ്റത് അവന്റെ കാഴ്ചയിൽ വന്നില്ല. ക്ലാസുമുറിയിലെത്തി തലകറങ്ങുന്നുവെന്ന് അവൾ സഹപാഠികളോടു പറഞ്ഞത് അവൻ കേട്ടില്ല. ഡസ്കിനു മീതെ ചാഞ്ഞു വീണതും ദേഹം വിയർപ്പിൽ കുളിച്ചതും ഒന്നും ചിത്രേശ്വരനറിയാതെ..

സിസിലിയുടെ ആന്തരപ്രകൃതി ഏറെക്കാലം അവന്റെ മുമ്പിൽ തുറയ്ക്കപ്പെട്ടില്ല.

'ഇന്നുമവനെത്തിയില്ല, എന്റെ വെള്ളക്കുതിര.. കാറ്റും വെളിച്ചവും മാഞ്ഞുപോയ ഒരു ഭൂമി മൂന്നു ദിവസമായി ഭ്രമണം ചെയ്യുന്നു. ഈ കറക്കം നാളേയും തുടരുമോ..? തല ചുറ്റുന്നതുപോലെ... കണ്ടുമുട്ടട്ടെ, ശാസിക്കണം, അഗ്നിജടയിൽ ഒരു ഹൃദയത്തെ ഇങ്ങനെ അടച്ചിടരുതെന്ന്'

ചിത്രേശ്വരൻ കോളേജിലെത്താത്ത മൂന്നാമത്തെ ദിവസം അവൾ ഡയറിക്കുറിപ്പിൽ കൊത്തിവച്ച ഈ വാക്കുകൾ ഇനിയാരു വായിക്കാൻ. അതിൽ പിന്നെ ഒരിക്കലും സിസിലി ഡയറി എഴുതിയില്ല.

തന്റെ ചോദ്യം പലപല ഭാഷകളിൽ ബാധകൂടിയ വരികളായി തന്റെ അവയവങ്ങളിലൂടെ ചുറ്റിയിഴയുന്നത് ചിത്രേശ്വരനും അനുഭവിക്കേണ്ടി വന്നു, എത്രയോ കാലം.

'നിന്റെ സോളമൻ...' എന്ന ശബ്ദം ഒരുൽക്കയായി അവളുടെ ഹൃദയത്തിൽ നിത്യവും പതിച്ചു.

ശേഷം, ആ കലാലയത്തിൽ കവിതകളും ചിത്രങ്ങളും ഭ്രാന്തമായി വിരിഞ്ഞില്ല... ശേഷം സിസിലി എന്ന പെൺകുട്ടി സോളമന്റേതു മാത്രമായി മാറി.

അവളും അവനും ഒന്നിച്ചു - വിവാഹദിനം വരെ...

അതുവരെ മാത്രം!!

ആ രാത്രിയിലായിരുന്നു, നിവർത്തിവച്ച ഉത്തമഗീതങ്ങളിൽ നോക്കി സോളമൻ ഉറക്കെ വായിച്ചത്:

'നിന്റെ ഹൃദയത്തിൽ മുദ്രയായും
നിന്റെ കരത്തിൽ അടയാളമായും എന്നെ പതിക്കുക '

(ഉത്തമഗീതം: 8,6)

ഉത്തമയായ ഭാര്യയെപ്പറ്റിയുള്ള സുഭാഷിതങ്ങളുമായി, മേഘനിശകളിൽ നിന്ന് ലമുവേൽ, അവളുടെ കിടപ്പുമുറി ചൂണ്ടിക്കാട്ടി :

'രാത്രിയിൽ അവളുടെ വിളക്ക് അണയുന്നില്ല.'

കുരിശിനെതിരായ വഴി

സിസിലിയും സോളമനും വിവാഹിതരാവുന്നത് നാലുവർഷത്തെ നീണ്ട മൗനത്തിന്റെ ഉടമ്പടിക്കുശേഷമായിരുന്നു. കാമ്പസ് വിട്ടതിൽ പിന്നെ സോളമൻ ആ വഴിക്കു പോയതേയില്ല. ഒരിക്കൽ പോലും സിസിലിയെ ലക്ഷ്യമിട്ട് സന്ദേശങ്ങൾ തൊടുത്തില്ല. മനോവ്യാപാരങ്ങൾ പങ്കിടാനാവാത്ത വിധം അദൃശ്യമായ മതിൽ അവർക്കിടയിൽ ഉയർന്നുതന്നെ നിലകൊണ്ടു.

സിസിലിയും ചിത്രേശ്വരനും തമ്മിലുണ്ടായിരുന്ന ബന്ധവും മുറിഞ്ഞശേഷം പൂർവസ്ഥിതി പ്രാപിച്ചതേയില്ല. അവന്റെ ഭാഗത്തു നിന്നും കണ്ണീർ പൊടിഞ്ഞുള്ള ചില അനുരഞ്ജന നീക്കങ്ങളുണ്ടായെങ്കിലും ഒരുതരം കോമാളിത്തരത്തിന്റെ വിക്ഷേപങ്ങളായി അവയെല്ലാം കലാശിച്ചു. അവളൊന്നിനും കൂട്ടുനിന്നില്ല. അവൾക്കു മീതെ, പൗർണമി പൂത്തുകിടന്നിരുന്ന ആകാശമപ്പാടെ അമാവാസി വിഴുങ്ങിയിരുന്നു.. ഇരുളിന്റെ നടുവിലെവിടെയോ താനുണ്ടെന്ന തോന്നൽ പോലും കരിവാളിച്ചുപോയി. മുറിഞ്ഞ പ്രണയം ഏച്ചുകെട്ടിയാൽ മുഴച്ചു നിൽക്കുമെന്ന് അവൾക്കു തീർച്ചയുണ്ട്. ഒടിഞ്ഞുപോയത് ആത്മധ്രുവങ്ങളെ ബന്ധിപ്പിക്കുന്ന അച്ചുതണ്ടല്ലെ.. കരൾ ആഴത്തിൽ കലങ്ങി. ഹൃദയഖനിയിലെവിടേയും വിശുദ്ധ വചനങ്ങളുടെ മുഴക്കമുണ്ടാവാനിനി വിധിയില്ല. മേഘമേലാപ്പുകളിൽനിന്ന് പ്രണയമഴ സംഗീതം പൊഴിക്കില്ല. സ്നേഹസമുദ്രത്തിലെ നീല തരംഗങ്ങൾ കടങ്കഥയായി കുരുങ്ങി. ഓർക്കുന്തോറും കട്ടപിടിച്ചു കത്തുകയാണ് ഭൂതകാലം.. വേദനയുടെ തീനാമ്പുകൾ വേരുകളിലൂടെ പടർന്ന് ശരീരവൃക്ഷമാകെ ആളിപ്പടരുകയാണ്. ഹരിതമണ്ഡലം ചുട്ടുപൊള്ളുന്നു. പച്ചിലകളുടെ താപനം കാലത്തിലേക്കും പകർന്നു. വസന്തകാലം അഗ്നിഭാവം പൂണ്ടു.

അവൾക്കുമാത്രം കാണാവുന്ന ഒരു മരുഭൂമി ഉടലെടുത്തു. അവിടെ ഇലകൊഴിഞ്ഞ ഒറ്റമരമായി അവൾ വേറിട്ടു. അവളെ അവൾക്കു മാത്രം കാണാവുന്ന ഒരിടത്താണ് അവളെത്തിച്ചത്. അപരിചിതമായ ഭാവം സന്നിവേശിപ്പിച്ചു. തന്റേതു മാത്രമായ ഒരു ലോകം ചിട്ടപ്പെടുത്തി. അതിന് അതിരുകളിട്ടു. സോളമനേയും ആ അതിരിനു പുറത്തു നിർത്തി.

സോളമൻ പ്രതികരിച്ചു:

“നീ ആകെ മാറിപ്പോയിരിക്കുന്നല്ലൊ”

അവൾ അംഗീകരിച്ചു കൊടുത്തു.

“നിന്റെ പ്രസാദാത്മകത പോയ് മറഞ്ഞു.”

അവൾ അതും സമ്മതിച്ചു.

“നീ എനിക്കരികിലൊന്നുമല്ല ”

അവൾ അതും ശരിവച്ചു.

“നിന്റെ കൃഷ്ണമണിയിലെ നക്ഷത്രങ്ങൾ കാണ്മാനില്ല.”

അവൾ സഹികെട്ട് കണ്ണടച്ചുപിടിച്ചു.

“നീ പഴയ ഭാഷ മറന്നോ.. ഒന്നു മിണ്ടുകയെങ്കിലും ചെയ്യൂ.. നിനയ്ക്കെന്തു പറ്റി?”

അവൾ ഭാഷകൾ അധികം തപ്പിയില്ല. സ്വപ്നതാരാവലികൾ ശൂന്യമായ ഒരുവൾക്കു പറയാവുന്ന മറുപടി മാത്രം നൽകി.

“ഒന്നൂല്ല”

ചിത്രേശ്വരൻ അവൾക്കരികിലെത്താറില്ലെന്ന സത്യം കണ്ടുപിടിക്കുന്നതിലേക്ക് സോളമന്റെ അന്വേഷണം നീണ്ടു. ആ പര്യവേഷണഫലമാണ് ഇപ്പോൾ സോളമന്റെ കരളിനെ ചുടു ലാവയിലാഴ്ത്തിയിരിക്കുന്നത്. ദുർവഹസത്യത്തിന്റെ ബാധയുണ്ടതിന്. ഹൃദയം മുറിഞ്ഞ രണ്ടു പേരായി സിസിലിയും ചിത്രേശ്വരനും ഇന്ന് മാറിത്തീർന്നെങ്കിൽ, ഇന്നലെവരെ അവർ പ്രണയത്തിലായിരുന്നില്ലെ...?

സംശയങ്ങൾ സർപ്പം ധരിച്ചു. അവന്റെ ശരീരം ഉള്ളിൽനിന്നും എരിഞ്ഞു തുടങ്ങി. ഹൃദയത്തിന്റെ വേര് പാതാളത്തിലോളം പിടച്ചു. ആസകലം വിയർത്തു. വിയർപ്പുതുള്ളികൾക്ക് രക്തഛവി. പരാജിതരെ തിന്നുന്ന തീക്കാറ്റ് അവനെ വട്ടംചുറ്റി.

യഥാർഥത്തിൽ താൻ അവൾക്ക് ആരായിരുന്നു...?

ഓർമയുടെ പേടകം തിരിച്ചുവച്ച് നാളിതുവരെ അവൾ തന്നോടു മാത്രമായി പറഞ്ഞതോരോന്നും വീണ്ടും വീണ്ടും കേട്ടു ...

ഏതൊരു വാക്കിനും അന്നുണ്ടായിരുന്നെന്ന് ധരിച്ചിരുന്ന ധന-ഋണ

ചിഹനങ്ങൾ അപ്രത്യക്ഷമായിരിക്കുന്നു. ഇപ്പോൾ കേൾക്കുമ്പോൾ വാക്കുകൾക്ക് കേവലവിലകൾ മാത്രം. ശബ്ദത്തേയും മൗനത്തേയും പ്രത്യേകമായി പോസ്റ്റുമോർട്ടം നടത്തി. അവയിലേതിലും ഹൃദയത്തിന്റെ നീരുറവയുണ്ടെങ്കിലും,അവൻ വിശകലനം ചെയ്തു:

നിഷ്കളങ്കയായ ഒരു പെൺകുട്ടിയുടെ വദനമുദ്രകൾ അങ്ങനെ മാത്രമായിരിക്കില്ലെ? പ്രണയ പരവശതയുടെ പദലിപികൾ അതിലെവിടെയാണുള്ളത്? ഇല്ല, തന്റെ മനോവിക്രിയകൾക്ക് വിലാസം പതിച്ചെടുക്കാൻ പാടുപെട്ട ഒരന്ധഹൃദയൻ മാത്രമായിരുന്നുവോ താൻ ?

അവളുടെ ഹൃദയപ്രവാഹം മറ്റൊരു ദിശയിലായിരുന്നെന്ന നേർത്ത വിശ്വാസം അവനിൽ തെഴുത്തു. സത്യം സംഘർഷപൂർവം മനസ്സിന്റെ ചുരുളഴിച്ചു കൊടുത്തു. അഴിയുന്തോറും സോളമന്റെ മുറിവുകൾ ചോരപുരട്ടുകയാണ്.

ചിത്രേശ്വരനെ ചുഴറ്റിയ പ്രഹേളികകൾ സോളമനേയും ശ്വാസം മുട്ടിച്ചു.

പക്ഷെ, അവൻ ക്ഷമിച്ചു.. വാക്കുകൾ വിതുമ്പിത്തെറിക്കാതെ കാത്തിരുന്നു. കലാലയത്തിൽ നിന്നും വിട പറയുന്ന വേളയിൽ, അവളുടെ ഓട്ടോഗ്രാഫിൽ ഒരു വാചകം എഴുതിയിടുകയും ചെയ്തു,രണ്ടാമൂഴക്കാരന്റെ നിറം കെട്ട ഭാവത്തോടെ:

'ഞാൻ കാത്തിരിക്കാം '

ആ വാക്കുകൾ വളരെ വൈകിയാണെങ്കിലും മുളച്ചു നാലുവർഷങ്ങൾ പിന്നിട്ടിരുന്നു.

സിസിലി അതേ കോളേജിൽ പി.ജി.ക്കു പഠിക്കുന്ന വേളയിൽ, ഒരു വൈകുന്നേരം സോളമന്റെ ഇടവകയിൽ നിന്നും സിസിലിയുടെ ഇടവകയിലേക്ക് ഒരു സന്ദേശം പറന്നു.

അത്രയും കാലം, വാർത്താ ബഹുലമായിരുന്നു സോളമന്റെ ജീവിതകാണ്ഡം. സഭയുടെ കണ്ണിൽ സോളമൻ തുടക്കം തൊട്ടേ തെമ്മാടിയാണ്. തെമ്മാടിക്കുഴിയിലേക്കുള്ള അവന്റെ ഗ്രാഫ് ഇടവകക്കാരെല്ലാം വരച്ചിട്ടതുമാണ്.

യേശുവിന്റെ ഒരേയൊരു പിൻഗാമിയാണ് താനെന്ന് കാലവരക്കുന്നിനു താഴേക്കു കുരിശ് വലിച്ചെറിഞ്ഞുകൊണ്ട് പ്രഖ്യാപിച്ചവനാണ് സോളമൻ. ചെറുപ്പത്തിലേ വിമതനായ ഒരു പോരാളി അവനിൽ കുടിയേറിയിരുന്നു. ഗ്രോട്ടോയിലെ മെഴുകു ദീപത്തിന്നരികെ ചിതറിക്കിടക്കുന്ന നേർച്ചപ്പണം ആരും കാണാതെ പെറുക്കിയെടുത്ത് തെരുവിലെ ഭിക്ഷക്കാർക്ക് എത്തിച്ചു കൊടുക്കൽ ,ആ വഴിക്കുള്ള ശ്രേഷ്ഠമാ

യ തുടക്കമായിരുന്നു. കപ്പേള നോട്ടക്കാരന്റെ ഒളികണ്ണിൽ, ഒരിക്കൽ കൊച്ചുമോഷ്ടാവ് കുടുങ്ങി.അരമനയിൽ ഹാജരാക്കപ്പെട്ടു. ളോഹയിടാതെ തന്നെ അഗസ്റ്റസ് പാതിരി പ്രത്യക്ഷപ്പെടുകയും അവനെ വിചാരണ നടത്തുകയും ചെയ്തു. ആരോപിതകൃത്യം വിസമ്മതിക്കാനൊന്നും അവൻ തുനിഞ്ഞില്ല. പുണ്യകർമമാണെന്ന് ആണയിട്ടു കൊണ്ടു തന്നെ കുറ്റമേറ്റു. പത്തു വയസ്സുകാരന്റെ പരിശുദ്ധ ഭാവം പാതിരിയെ അതിശയിപ്പിക്കാതിരുന്നില്ല.

'നേർച്ചപ്പണം തിരുസഭക്കുള്ളതല്ലേ. അതു കവർന്നതു പുണ്യമോ? അത് തൊടേണ്ടത് കർത്താവിന്റെ വിരലുകൾ കൊണ്ടാണ്. ധനത്തെ അനുസരിക്കേണ്ടുന്ന കുഞ്ഞാടുകൾ മാത്രമാണ് നമ്മൾ.'

അദ്ദേഹം അവനെ നേർവഴിയിലേയ്ക്കടുപ്പിച്ചു.

മൂലധനമാണ് ദൈവം എന്നൊരു പുരോഹിതസ്വരം അവിടെ മാറ്റൊലിച്ചത് അവൻ മാത്രം അപ്പോൾ കേട്ടു. മാർക്കോസിന്റെ ഏകപുത്രൻ സോളമന് അന്നേരം വിശുദ്ധമാർക്കോസിന്റെ സുവിശേഷത്തിനു സദൃശമായ ഒരു വെളിപാടുണ്ടായി:

"സമ്പന്നർക്കല്ല, ദരിദ്രർക്കാണ് പണത്തിനെക്കൊണ്ട് ആവശ്യം, പിതാവേ.."

അതുകേൾക്കെ, നല്ലവനായ ഇടയന്റെ ഹൃദയം തരിച്ചുപോയി.

സോളമനെ കരവലയത്തിലൊതുക്കിപ്പറഞ്ഞു:

"നിന്റെ ദീനാനുകമ്പ നിന്നെ കവർച്ചക്കാരനാക്കാൻ ഇടയാക്കരുത്. അത്തരം പാപമുദ്രകൾ നിന്റെ മേൽ പതിയാതിരിക്കട്ടെ. ഇനിയും നിന്റെ ദാനശീലം തുടർന്നോളൂ " അനുഗ്രഹപൂർവം ഉപദേശിച്ചു.

നേർച്ചപ്പണം ആളറിയാതെ ശേഖരിക്കുന്ന ശീലം വിലക്കപ്പെട്ടു. പകരം തെരുവു യാചകർക്കു വിതരണം ചെയ്യാനുള്ള നാണയങ്ങൾ നിത്യവും അരമനയിൽ നിന്ന് നേരിട്ടു കൈപ്പറ്റാൻ സോളമന് സൗകര്യമൊരുക്കി. വീട്ടിൽ നിന്നകലെയുള്ള ഹൈസ്കൂളിൽ ചേരുംവരെ എല്ലാ പ്രഭാതങ്ങളിലും സോളമൻ അരമനയിൽ നിന്നും നാണയങ്ങൾ ഏറ്റുവാങ്ങുകയും യാചകരെ തേടി തെരുവുകളിലെത്തുകയും ചെയ്തു.

ദേവാലയം ക്രിസ്തുവിശ്വാസികൾക്കുള്ളതാണെങ്കിലും അന്യമതസ്തരായ ചങ്ങാതിമാരെ തെരഞ്ഞുപിടിച്ച് പള്ളിമേടയിലേക്ക് പ്രവേശിപ്പിക്കുകയെന്നത് ഒരു ഹരമായിരുന്നു ആ ബാലന്.

കളിവിനോദങ്ങൾക്കു വിഹാരവേദിയാക്കി അൾത്താര മാറ്റിയെടുക്കണമെന്ന ദുഷ്ടലാക്ക് അതിന്റെ പിന്നിലുണ്ടെന്ന് സഹപാഠിയായ

സേവ്യറിനു തോന്നായ്കയില്ല. സ്കൂളിലെ ഒരു ഓട്ടക്കാരനാണ് സേവ്യർ. അന്തർസ്കൂൾ ചാമ്പ്യൻഷിപ്പിൽ സ്കൂളിനു വേണ്ടി ഓടി ആറാമനായേ ഫിനീഷ് ചെയ്തുള്ളുവെങ്കിലും, മറ്റു കുട്ടികളെപ്പറ്റി കള്ളപ്പരാതികൾ ബോധിപ്പിക്കാൻ ഹെഡ്മിസ്ട്രസിന്റെ മുറിയിലേക്ക് ഓടിച്ചെല്ലുന്നതിൽ മിടുക്കിനൊട്ടും കുറവില്ലതാനും.

ഒരൊഴിവുസന്ദർഭത്തിൽ, ഓടി, അരമനയിൽ ഉച്ചമയക്കത്തിലായിരുന്ന റെക്ടറുടെ അരികിലുമെത്തി സേവ്യർ ..

"അച്ചോ, അൾത്താരക്കുള്ളിൽ സോളമനും കൂട്ടരും അഭ്യാസം കാട്ടുന്നു."

അച്ചൻ പിടച്ചെഴുന്നേൽക്കുകയും പള്ളിയകത്തേക്ക് കപ്യാറെ പറഞ്ഞയക്കുകയും മൊസൈക് തറയിൽ ശീർഷാസനത്തിലും ചക്രാസനത്തിലും കുതിരയോട്ടത്തിലും മുഴുകിയ നാലു പേരെ തൂക്കുകയും ചെയ്തു.

വികാരിക്കു മുന്നിൽ ആ ചങ്ങാതിക്കൂട്ടം നിരത്തി നിർത്തപ്പെട്ടു.

'വേണു',

'വിക്രമൻ',

'വിനായകൻ'

'സോളമൻ....'

അദ്ദേഹം തിരക്കിയ പ്രകാരം ഓരോരുത്തരും പേരു ചൊല്ലി. സോളമന്റെ നസ്രാണിപ്പേര് സഹവികാരിയെ ചൊടിപ്പിച്ചു.

"താനിങ്ങ് മാറി നിക്കെടാ.."

വികാരിയുടെ കയ്യിലെ ചൂരലിനു ചൂടേറ്റു.

"നിങ്ങളൊക്കെ അമ്പലത്തിൽ ചെന്നാൽ ഇതാണോ കാട്ടിക്കൂട്ടുക" മൂവരോടുമാണ് ചോദ്യം.

വേണുവിന്റെ മാത്രം ചുണ്ടനങ്ങി:

"ഞാൻ അമ്പലത്തിൽ പോകാറില്ല"

അതു കേട്ടതോടെ മൂവർക്കുമുള്ള ശിക്ഷയിൽ വികാരി ഇളവു ചെയ്തു. മൂന്നു പേരും മുട്ടുകുത്തി നിർത്തപ്പെട്ടു. ചെയ്ത കുറ്റത്തിന് തക്കതായ ശിക്ഷ സോളമനെന്ന നസ്രാണിക്കു മാത്രമായി പരിമിതപ്പെട്ടു. ചൂരൽ സോളമനു നേരെ നീണ്ടു. അവന്റെ കുരുന്നു കൈവെള്ളയിൽ ചൂടപ്പം പൊന്തി, ഒന്നിലേറെ.

താൻ മാത്രമാണ് ക്രിസ്തുവെന്ന വിശ്വാസം ആ സംഭവം അവനിലുണ്ടാക്കി. നടപ്പിലും എടുപ്പിലും പിന്നീടവൻ യേശുവായി സഞ്ചരിച്ചു. മിലാനിലെ സാന്റാ മറിയ ഡെല്ലാ ഗ്രാസിയാ മഠത്തിന്റെ ഊട്ടുപു

രയിൽ ലിയാണാർഡോ ഡാവിഞ്ചി വരച്ചിട്ടത് തന്റെ മുഖമാണെന്ന് അവനുറപ്പിച്ചു. വീടിനു പിറകുവശത്തെ കട്ടച്ചുമരിലൊട്ടിച്ചു വച്ച കണ്ണാടിക്കഷ്ണത്തിൽ ചിതറിയ ക്രിസ്തുവിനെ എന്നും അവൻ കണ്ടു; പ്രാർഥിച്ചു. തന്റെ ദൈവം താൻ മാത്രമാണെന്ന പരമമായ ഉന്നതിയിലേക്ക് അവൻ വെളിപ്പെട്ടു.

അവന്റെ ഔന്നത്യത്തെ കാലവരക്കുന്ന് മാടിവിളിച്ചു. പി.ജി.പഠനത്തിനു ശേഷം ജീവിതത്തിന്റെ ഒരു പുതിയതുരുത്ത് അവനുമുമ്പിൽ അങ്ങനെ തുറക്കപ്പെടുകയായി. ഇരുപത്തിരണ്ടാം ജന്മദിനത്തിലെ ഡയറിയുടെ താളിൽ വടിവൊത്ത കൈപ്പടയിൽ ഈ വരികൾ ലിഖിതപ്പെട്ടു:

“ഒന്നു രണ്ടുപരീക്ഷകൾ ബാക്കിയാണ്.. വൈവാക്കു ഹാജരായിട്ടില്ല.. വയ്യ, കരിക്കുലത്തോട് ഇനി സന്ധി ചെയ്യാൻ... ഹൈസ്കൂൾ തലം തൊട്ടേ തോന്നിയ വിരക്തിയാണ്. പഠിച്ചതൊക്കെ പതിരുകൾ.. കതിരുകൾ പാഠശാലക്കു വെളിയിലേ വിളയൂ. ജീവിതം തിരിച്ചറിയാനവസരം നൽകാത്ത തടവറകളാണ് വിദ്യാലയങ്ങൾ. പാഠശാലകളിൽ പാഠഭേദങ്ങളില്ല. സിലബസുകൾ ജീവോന്മുഖമായ പരിസരത്തിന്റെ ചിഹ്നം വഹിക്കുന്നില്ല. വിദ്യാഭ്യാസകാലത്തിനു ശേഷമേ ഒരാൾക്കു ലോകം സ്പർശിക്കാനാവൂ.. യഥാർഥ അനുഭവങ്ങൾ ആരംഭിക്കുന്നത് അന്നു മുതലാണ്. സ്വന്തം ജീവിതത്തിൽ നിന്നും അറിവുൽപാദിപ്പിക്കാനുള്ള സാഹചര്യമുടലെടുക്കുന്നതും അതോടെയാണ്. ചരിത്രത്തിന്റെ ഓരോ കോശത്തിലും നൃത്തമാടുന്ന സമരങ്ങളുടെ നീണ്ട ഗാഥകൾ രചിക്കപ്പെടുന്നതും അവിടംതൊട്ടാണ്.

വിദ്യാഭ്യാസം ഒരു രാഷ്ട്രീയ വ്യവസ്ഥയാണെന്ന ബൽട്രാൻഡ് റസ്സലിന്റെ അഭിപ്രായത്തോടു, വ്യവസ്ഥയിൽ നിലനിൽക്കാൻ വർഗാധിപത്യം നടത്തുന്ന പരിശീലന പ്രക്രിയയാണ് വ്യവസ്ഥാപിത വിദ്യാഭ്യാസമെന്നു കൂടി കൂട്ടിച്ചേർക്കേണ്ടതുണ്ട്. യഥാർഥ വിദ്യാഭ്യാസത്തിന്റെ ശവക്കുഴിയാണത്.

വിദ്യയെ ധനമാക്കി മാറ്റുന്ന വാണിജ്യ തന്ത്രങ്ങളാണ് അവിടെ പരിശീലിപ്പിക്കുന്നത്. ആ സ്ഥാപനങ്ങൾ അടച്ചു പൂട്ടിയാലേ സർഗാത്മകമായ വിശ്വവിദ്യാലയം തുറക്കപ്പെടൂ. കൂടുകൾ തുറന്നു പറക്കട്ടെ കിനാപ്പക്ഷികൾ. കടുംഭാവനകളുടെ കാടുകളിലെത്തട്ടെ. അവിടെയാണ് വൻമരങ്ങൾ വളരുന്നത്. പുൽച്ചെടികളും പൂക്കളും പാടുന്നത്. വനസംഗീതത്തിലാണ് രാഗമാന്ത്രികതയുടെ അപ്സര ലോകം വിടരുന്നത്. അനുഭവങ്ങളുടെ ആരണ്യകമാണ് ജീവിതം. ആ പാഠശാലയി

ലാണ് ഇനിയങ്ങോട്ട് അധ്യയനം'

സോളമൻ കാലവരക്കുന്നിലെത്തി. അവിടെയുള്ള ആദിവാസിക്കോളനികളെ തന്റെ ജീവിതത്തിന്റെ തട്ടകമായി അവൻ തെരഞ്ഞെടുത്തു. ചരിത്രം നഷ്ടപ്പെട്ടവരും ജീവിതത്തിന്റെ രണ്ടറ്റം കൂട്ടിമുട്ടാത്തവരും ജനനത്തിനും മരണത്തിനുമിടയിൽ ആയുസ്സുണ്ടെന്നു അനുഭവിക്കാത്തവരുമായി എത്രയെത്ര മനുഷ്യക്കോലങ്ങൾ ഇവിടെയുണ്ട്! അവർക്കൊപ്പം തന്നേയും ചേർത്തു വയ്ക്കാൻ സോളമൻ നിയോഗിക്കപ്പെട്ടു കഴിഞ്ഞു.

"അയ്യപ്പാ, അവിട നില്ലെടാ.."

കാലവരക്കുന്നിന്റെ തെക്കേ ചെരിവിലെ ആറ്റുവക്കിലേക്ക് തുള്ളിക്കുതിച്ചോടുന്ന മകന്റെ പിന്നാലെ പായുകയാണ് സീന. സോളമനെ കണ്ടപ്പോൾ രണ്ടു പേരും നിന്നു. സീന കിതച്ചുകൊണ്ട് പറഞ്ഞു:

"പൊഴ വിളിക്ക് ന്നെന്നും പറഞ്ഞ് പാഞ്ഞതാ, സാറെ "

സോളമൻ അയ്യപ്പനെ ചേർത്തു പിടിച്ചു.സീനയുടെ മൂത്ത മകനാണ്. പത്തു വയസു കഴിഞ്ഞു. എന്നിട്ടും മനോബലം തെളിഞ്ഞിട്ടില്ല.

ഇരുപത്തിമൂന്നുകാരിയാണ് സീന. സൗന്ദര്യത്തിന്റെ കിരണബിന്ദുക്കൾ വിടർന്നുപ്രകാശിക്കാൻ കാത്തു കിടക്കുന്ന മുഖം. ഈ പ്രായത്തിനിടെ നാലു മക്കളുടെ അമ്മയായിക്കഴിഞ്ഞു.. മനോരോഗിയായ മൂത്തവനു വേണ്ടി പത്തുവർഷമായി ചികിത്സകൾ പലതു ചെയ്തെങ്കിലും നേരെയായിട്ടില്ല .ഒരു പക്ഷെ, ഒരു പത്തു വർഷക്കാലം കൂടി ചികിത്സ തുടരാനായാൽ സാധാരണനില കൈവരിച്ചേക്കാമെന്ന് ഡോക്ടർ അഭിപ്രായപ്പെട്ടിരുന്നു. ഈ പ്രത്യാശയുടെ ബലത്തിലാണിപ്പോൾ അവൾ. സദാനേരം അവനെ ഒരു കയ്യിൽ ഒതുക്കി വേണം, മറ്റു മൂന്നു കുരുന്നുകളെ പോറ്റാൻ. കുടിയിൽ തീ പുകയണമെങ്കിൽ അവൾ തന്നെ അന്നം തേടണം. താലികെട്ടിയവൻ ഹൃദ്രോഗിയും മൂക്കറ്റം കുടിയനുമാണ്.

എല്ലാമറിഞ്ഞപ്പോൾ, തന്റെ പോക്കറ്റിലുണ്ടായിരുന്ന കാശ് മുഴുവനെടുത്ത് സോളമൻ സീനയുടെ നേരെ നീട്ടി.

"തുടർചികിത്സക്ക് തുക വേണ്ടി വരില്ലെ"

അവൾ അതു വാങ്ങിയില്ല. സ്നേഹഭാവത്തിൽ നിരസിച്ചു:

"അതു വേണ്ട, നിങ്ങൾക്കെന്തെല്ലാം ആവശ്യം കാണും"

ദുരിതക്കെടുതിയിൽ സ്ഫുടം ചെയ്ത മഹത്വമുണ്ടായിരുന്നു ആ വാക്കുകൾക്ക്. ആ പണം അവളെ നിർബന്ധിച്ച് പിടിപ്പിക്കേണ്ടി വന്നു.

ദൈന്യാവസ്ഥ ആ കുടുംബത്തിനു മാത്രമല്ല, വിപത്കരമായ വംശഗതിയോടു കടപ്പെട്ട കുടുംബങ്ങൾ ചുറ്റിലുമുണ്ട്. തലമുറകളായി അതിജീവനത്തിനുള്ള പോരാട്ടത്തിലാണവർ. പോരാട്ടമെന്നു വിശേഷിപ്പിക്കുന്നതു ശരിയായിരിക്കില്ല. കൊമ്പനാന കുടിലിനു വട്ടംചുറ്റുമ്പോൾ, കുഞ്ഞിന്റെ കൂർക്കംവലി അമർത്തിക്കാൻ മൂക്കുംവായും പൊത്തിപ്പിടിച്ചെന്നാണല്ലൊ തൊട്ടടുത്ത കുടിലിലെ ദേവയാനി പറഞ്ഞത്. അതിനെ പോരാട്ടമെന്നു വിളിക്കാമോ.. ദുരന്തത്തിന്റെ മദയാനകൾക്കു മുന്നിൽ മൂന്നു തലമുറകൾ ഇങ്ങനെയായിരുന്നുവെന്നാണ് മാരിയപ്പൻ ഓർത്തെടുത്തത്.

ആ കൂരകൾക്കൊന്നിനും മഴയും മഞ്ഞും വേനൽച്ചൂടും തടുക്കാൻ പാകത്തിലുള്ള മേല്പുരയില്ല. ഏതു കാലത്തും കുടിനീരിനായി കോരിയെടുക്കുന്നത് പുഴയിലെ വെള്ളമാണ്. മഴക്കാലം മുഴുവൻ പുഴ കലങ്ങിയിരിക്കും. പറമ്പിലേയും പുഴയിലേയും വെള്ളത്തിന്റെ അതിര് ഇല്ലാതാവും. വിസർജ്യങ്ങളും മാലിന്യങ്ങളും അലിഞ്ഞ കലക്കു വെള്ളം കൊണ്ടാണ് പാചകം ചെയ്യേണ്ടത്.

ചരിത്രത്തെ വിശുദ്ധമായി പരിപാലിച്ചവരാണ് ആദിവാസികൾ. നാടിന്റെ സൗന്ദര്യത്തിൽ നിന്ന് പ്രസരിക്കുന്നത് അവരുടെ വിയർപ്പിന്റെ സുഗന്ധമാണ്. ആദിവാസികളായ അടിയരാണ് ഈ കുന്നിന്റെ ചരിത്രാതീത ഉടമകൾ. അവരെ സ്വന്തം മണ്ണിൽ നോക്കുകുത്തികളാക്കി ത്തീർത്തവരാണ് അധികാരക്കുത്തകയുടെ ശക്തികൾ. എന്നിട്ടും ഈ പാവങ്ങൾക്കു നേരെ കുരച്ചു ചാടുകയാണ് ഭരണകൂട ശൗര്യം. ഇവർക്കു നേരെ ശരം തൊടുക്കുന്നതെന്തിനാണാവോ? ആരുടെ വികസനത്തിനും അവർ പ്രതിബന്ധമുണ്ടാക്കുന്നില്ല. നഗര പുരോഗതിക്കും അത്യാധുനിക പരിഷ്കാരങ്ങൾക്കും അവർ തടയിടാനെത്തുന്നില്ല. പ്രകൃതിയുടെ വിനീതദാസർ മാത്രമായി അവർ മലയടിവാരങ്ങളിൽ പൊറുക്കുന്നു. ജീവിതത്തിന്റെ അത്യാഹിതങ്ങളിൽപ്പെട്ടുപോയിട്ടും അവർ അലമുറയിടുന്നില്ല. പീഡനങ്ങളിൽ ഞെരിഞ്ഞമർന്നിട്ടും അവരുടെ നിലവിളി കേട്ടവരില്ല. സഹനങ്ങളിലും വിശപ്പിലും അവർ ആത്മാവിനോടു വഞ്ചന കാട്ടാറില്ല. അവർ ദു:ഖവും സന്തോഷവും വേർതിരിച്ചു അനുഭവിക്കുന്നവരല്ല. ജീവിതം ശിക്ഷയാണെന്നറിഞ്ഞിട്ടും നിഷ്കളങ്കമായി അവർ കാലത്തെ പിന്തുടരുന്നു.

ഈ ആമുഖത്തോടെയാണ് സഭയുടെ കാരുണ്യവും കാലവരക്കുന്നിന്റെ തുച്ചിയിലെത്തിയത്.

ആദിവാസി കുടുംബങ്ങളെ പുനരധിവസിപ്പിക്കുന്നതിനു വേണ്ടി

പള്ളിയുടെ പത്തേക്കറിന്റെ ഒരു മൂലയിലായി അഗതിമന്ദിരം പണികഴിപ്പിക്കപ്പെട്ടിരിക്കുന്നു. മന്ത്രിമാർ മൂന്നുപേരെഴുന്നള്ളിയാണ് ഉദ്ഘാടനമാമാങ്കം പൂരമാക്കിയത്. ആലംബഹീനരായ ആദിവാസികൾക്ക് ഒരു പറുദീസ. ഇരുപത്തിനാല് ആദിവാസികുടുംബങ്ങളേയും അതിൽ പാർപ്പിക്കുമത്രെ!

വത്തിക്കാനിൽ നിന്നും പ്രത്യേക അഭിനന്ദനം കർദ്ദിനാളിന്റെ മെയിൽ വഴി ഒഴുകിവന്നു. ഞായറാഴ്ച കുർബാനയിൽ വായിക്കപ്പെടുകയും പത്രങ്ങളിൽ പ്രചരിക്കപ്പെടുകയുമുണ്ടായി. ലോകത്തിന്റെ വിവിധ ദിക്കുകളിൽ നിന്ന് വാഴ്ത്തലുകൾ വന്നു.

സ്തുതിപ്രളയത്തിൽ സഭാ മേധാവികൾ മുങ്ങിത്തിമിർക്കവെ, രണ്ടു നിഗൂഢതകൾ അവിടെ മറച്ചു പിടിച്ചത് സോളമൻ മണത്തറിഞ്ഞു.

ഒന്ന്, പത്തേക്കറിലെ പള്ളിപ്പറമ്പിൽ അഗതിമന്ദിരത്തിലെ അന്തേവാസികളെ കൊണ്ട് രാപ്പകൽ സൗജന്യ വേല ചെയ്യിക്കാം.തീറ്റ മാത്രം പ്രതിഫലം.

രണ്ട്, കാലവരക്കുന്ന് നൂറ്റിയിരുപത്തിനാല് ഏക്കറും വാസ്തുവശാൽ സഭയുടെ കാൽച്ചുവട്ടിലാകും.

റവല്യൂഷണറി വാർ ഗ്രൂപ്പിന്റെ രഹസ്യയോഗത്തിൽ സോളമൻ വിഷയം അവതരിപ്പിച്ചു.

ആദിവാസികളെ ആനയിച്ചുകൊണ്ടുവരാൻ കുന്നിലേക്ക് നീങ്ങിയ സഭാഘോഷയാത്രയെ ഒരു കരിങ്കുരിശാണ് നയിച്ചത്. കുന്നിൽ കാലെടുത്തു വച്ച നിമിഷം നായകനായ കുരിശ് കാട്ടാറിലേക്കെറിയപ്പെട്ടു.

തലേന്നു രാത്രി തന്നെ ആ കോളനിയിലെ കുടിലുകളിൽ അപരിചിതരായ ആൾസംഘം സോളമന്റെ നേതൃത്വത്തിൽ തമ്പടിച്ചിരുന്നു.

അതിരൂപതയുടെ അധ്യക്ഷൻ ബിഷപ്പ് മൈക്കിൾ മുതുകുന്നേൽ പുണ്യാളനാണ് കുരിശ് സ്ഥാപനത്തിനെത്തിയത്.

മെത്രാനും സംഘവും കുരിശു നാട്ടിയ അതേ നിമിഷം തന്നെ സോളമനും സംഘവും കുരിശിന്റെ ചുവട്ടിൽ അവതരിച്ചു. കുരിശുമരം പിഴുതെടുക്കപ്പെട്ടതും വായുമാർഗേന പുഴമധ്യത്തിൽ പതിച്ചതും മെത്രാൻതിരുമേനി സാക്ഷിനിൽക്കെ തന്നെ.

മെത്രാന്റെ പിറകിലുണ്ടായിരുന്ന സഹവികാരി പല്ലിറുക്കി പറഞ്ഞു:

"സോളമാ, നിന്നോടു കർത്താവു പൊറുക്കില്ല"

'ഈ കൊടുംവഞ്ചനക്കു കൂട്ടുനിൽക്കുന്ന കർത്താവിനോട് എനിക്കും പൊറുക്കാനാവില്ല'

സോളമൻ ദൈവത്തെത്തന്നെ വെല്ലുവിളിച്ചു.

അവൻ തിരിഞ്ഞ് തന്റെ പിന്നിലുള്ള ജനക്കൂട്ടത്തോടു പറഞ്ഞു.

"ഇക്കുരിശ് പാപമാണ്. ഏതു പാപ ഹേതുക്കളേയും അഗ്നികുണ്ഡത്തിലേക്കെറിയുവാനാണ് മനുഷ്യപുത്രൻ കല്പിച്ചത് "

ആൾക്കൂട്ടത്തിൽ പ്രായം കൂടിയ ഒരാൾ സോളമന്റെ അടുത്തേക്ക് വന്നു. അന്ധനായ വെള്ളേൻ. മനുഷ്യരൂപങ്ങൾ ഇന്നേവരെ കണ്ടിട്ടില്ലാത്തയാളാണ് വെള്ളേൻ. നരച്ചു വെളുത്ത് പരുത്തിപോലായ മുടി മുഖത്തേക്ക് കൊഴിഞ്ഞു വീണതിനാൽ വെള്ളേന്റെ ഉപയോഗശൂന്യമായ കൺകുഴികൾ മറ്റുള്ളോരും കാണില്ല. സോളമനെ അണച്ചുപിടിച്ചു.

"ഏനറിയുന്ന തെയ്‌വം മോനെ തുണക്കും"

വിവേകജ്ഞനായ അദ്ദേഹം ഇതുംകൂടി ഓതി.

"കത്തനാര് തണുക്കുമ്പം ചെന്ന് തമാധാനിപ്പിക്ക്. ഇതീങ്ങക്കു വേണ്ടി മോൻ ഓറുടെ കോവം കൂട്ടണ്ട. കത്തനാരോട് തമ്സാരിക്കാൻ ബേലുമാഷോട് ഏൻ പറയാം."

"വേണ്ട, മൂപ്പാ.. "

ഗലാത്തിയായിലെ വിജാതീയ വിശ്വാസികളോട് അപ്പോസ്തലനായ പൗലോസ് അരുൾ ചെയ്ത വാക്കുകൾ സോളമന്റെ നാവിലെത്തി:

"ഒന്നിൽ കൂടുതൽ പേരുണ്ടെങ്കിലേ മധ്യവർത്തി വേണ്ടൂ.. എന്നാൽ ദൈവം ഏകനാണ് "

കുന്നു കയ്യടക്കാൻ വന്ന ഘോഷയാത്ര വെറും കയ്യോടെ തിരിച്ചു. പോകുംവഴി സെമിത്തേരിക്കു പുറത്ത് തെമ്മാടിക്കുഴി കുത്താനുള്ള സ്ഥാനത്ത് അവരിൽ ചിലർ ക്രോധചിഹ്നമിട്ടു.

പക്ഷെ, ബുദ്ധിമാനായ അഗസ്റ്റസ് പാതിരി സോളമനിലേക്ക് തന്റെ സ്നേഹം അളവിലേറെ ചൊരിയുകയാണ് ചെയ്തത്. തീൻമേശയുടെ ഇരുഭാഗത്തുമായി പാതിരിയും സോളമനും മുഖാമുഖമിരിക്കെ, മൂന്നാമതൊരാൾ കേൾക്കാതെ, സോളമൻ ദൈവത്തിന്റെ സ്ഥാനപതിയാണെന്നു പോലും പറയാൻ പാതിരി മടിച്ചില്ല.

ആ കെണിയിൽ അവൻ കുടുങ്ങി.

സഭയുടെ കീഴിൽ തുടങ്ങിയ സെന്റ് മേരീസ് അൺഎയ്ഡഡ് വിദ്യാലയത്തിന്റെ അസിസ്റ്റന്റ് പ്രിൻസിപ്പാൾ പദവി സോളമനു നേരെ നീണ്ടു. അവനു തള്ളിക്കളയാനാവാത്ത നിമിഷത്തിലായിരുന്നു വാഗ്ദാനം. അവന്റെയുള്ളിൽ സിസിലിയും നിറക്കൂട്ടുകളുള്ള ഒരു ജീവിതവും ഉണർന്നു കഴിഞ്ഞ അനർഘനിമിഷത്തിൽ.

"പള്ളിയിൽ കുർബാന കൂടാത്തവനെ പള്ളിയുടെ സ്ഥാപനം എങ്ങനെ സ്വീകരിക്കും?"

വന്ദ്യപിതാവ് നിസ്സന്ദേഹം വ്യക്തമാക്കി:

"പള്ളിവേറെ, പള്ളിക്കൂടം വേറെ "

ഈ തീരുമാനം റവല്യൂഷണി വാർ ഗ്രൂപ്പിൽ മാത്രമല്ല ഇടവകയിലും കോളിളക്കമുണ്ടാക്കി. സോളമനോടുള്ള പക രണ്ടിടത്തും തിളച്ചു തൂവി. തെമ്മാടിക്കുഴിയുടെ നീളം വീതി ആഴം എല്ലാം അളന്നു കുറിച്ച് കൊലക്കത്തിയിൽ കുറിച്ചിട്ടിരിക്കുകയാണ് അലക്സാണ്ടറും കൂട്ടരും.

സോളമന്റെ സംഘത്തിലെ അപരിചിതരായ അഞ്ചുപേരേയും റവല്യൂഷണറി വാർ ഗ്രൂപ്പിന്റെ സൗത്ത് വിംഗ് കമാൻഡർ തിരികെ വിളിച്ചു.

'ഇനി ജനശത്രു അവനാണ് '

ആയുധത്തിന്റെ കണ്ണ് അവനു നേരെ തിരിഞ്ഞു.

ജോലിയിൽ പ്രവേശിച്ച് ഒരാഴ്ച പിന്നിട്ടപ്പോൾ ജീവിതത്തിലാദ്യമായി സോളമൻ കുമ്പസാരക്കൂട്ടിൽ കാലുകുത്തി. അസിസ്റ്റന്റ് പ്രിൻസിപ്പാൾ കൂടിന്റെ മറവിൽ വൈദിക സ്ഥാനത്തിരിക്കുന്ന പ്രിൻസിപ്പാളിനോട് പൂർവകാലസമേതം മനസ്സു തുറന്നു, പിന്നിട്ട വഴിത്താരകളിലെ വാടിക്കൊഴിയാത്ത ഓർമകളോരോന്നായി പരിശുദ്ധാത്മാവിനു മുമ്പിൽ ബോധിപ്പിച്ചു.. സിസിലിയേയും മറച്ചു പിടിക്കാനായില്ല.

"പിതാവേ, എനിക്കീ പുണ്യവൃത്തി പറ്റുമെന്നു തോന്നുന്നില്ല"

"നിനക്ക് ഇണങ്ങുന്നതല്ല, രാഷ്ട്രീയവൃത്തിയെന്ന് എനിക്കു നേരത്തേ ബോധ്യമുണ്ട്, മകനെ. ആ ബന്ധം അവസാനിപ്പിച്ചോളൂ, കർത്താവ്, എന്നും നിന്റെ പക്ഷത്തുണ്ടാവും "

"രാഷ്ട്രീയജീവിതമല്ല പിതാവേ, അങ്ങ് പൊറുത്താലും.. വിദ്യാലയത്തിന്റെ മേധാവിയായി തുടരാൻ എനിക്കു വയ്യ.. വിദ്യാഭ്യാസത്തെ സംബന്ധിച്ച ദാർശനിക വൈരുധ്യം എന്റെ മനസ്സാക്ഷിയെ വരിഞ്ഞു മുറുക്കുന്നു."

"മനസ്സാക്ഷിയുടെ സ്ഥാനത്ത് ദൈവത്തെ പ്രതിഷ്ഠിക്കൂ, മകനെ.. അവൻ നിന്നെ മോചിപ്പിക്കും ".

സോളമന്റെ ദാർശനികയുക്തികളെ സ്പർശിക്കാൻ നിൽക്കാതെ വലിയ തിരുമേനി മറ്റൊരടയാളം എടുത്തുകാട്ടി.. സിസിലിയെന്ന മാലാഖയെ... അതോടെ സോളമന് നിശബ്ദനാകേണ്ടി വന്നു.

അവിടവച്ച്, അവന്റെ മനസ്സാക്ഷിയുടെ പട്ടയം പള്ളിക്കു കൈമാ

റി. കടങ്കഥകളിൽ നിന്നും ദൈവം പ്രത്യക്ഷപ്പെട്ട് അവന്റെ സമ്പൂർണാധികാരവും കൈക്കലാക്കി....

ആ നിമിഷം തൊട്ട് അവൻ ക്രിസ്തുവല്ലാതായി.

കുടിലിൽ നിന്നും കൊട്ടാരത്തിലേക്കു നട കൊണ്ടു. വിശാലമായ കിടപ്പുമുറിയിലെ ആൾക്കണ്ണാടിയിൽ അവന്റെ യഥാർഥ രൂപം തെളിഞ്ഞു. സോളമൻ സോളമനായി. കർത്താവിന്റെ അരുമയായ കുഞ്ഞാട്. സാമൂഹിക, രാഷ്ട്രീയ, സാംസ്കാരിക, വിദ്യാഭ്യാസ വേദികളിലും നിറസാന്നിധ്യമായി തുടർന്നു. ഉത്തമഗീതങ്ങൾ ഇടക്കിടെ വായിച്ചു. സിസിലിയോടുള്ള അനുരക്തസന്ദേശം ഇടവകകൾ തമ്മിൽ കൈമാറ്റം ചെയ്യപ്പെട്ടു.

ലൂർദ് മാതാ ദേവാലയത്തിലായിരുന്നു ചടങ്ങ്. വികാരാർദ്രമായ ദീപപ്രഭയിൽ, കുഴിത്തടത്തിൽ മാർക്കോസിന്റേയും അന്നക്കുട്ടിയുടേയും മകൻ സോളമനും അത്തിപ്പറമ്പിൽ നോബിളിന്റേയും സാലിയുടേയും മകൾ സിസിലിയും വേദപുസ്തകം നെഞ്ചോടു ചേർത്തു. സോളമൻ ഒറ്റയാനിൽ നിന്ന് ഇരട്ടയാനായി മാറിയ അനർഘനിമിഷം. ആ നേരത്ത് പക്ഷെ ഒരാൾഭാരം അധികരിച്ചതായല്ല അവന് അനുഭവപ്പെട്ടത്. തന്റെ ഭാരം കൂടി തീർത്തുമില്ലാതായി. ആകമാനം ഒരു ശൂന്യത സിദ്ധിച്ചു. വിവാഹം ജീവിതത്തെ ഭാരരഹിതമാക്കുമെന്ന സത്യം മംഗല്യമുഹൂർത്തത്തിൽ തന്നെ സാക്ഷാത്കരിച്ചതിൽ സോളമൻ സന്തുഷ്ടനായി.

അവനിൽ പടർന്നുപിടിച്ച പരിണാമം നിർഭാഗ്യവശാൽ, പള്ളിക്കാരോ പാർടിക്കാരോ അറിഞ്ഞതുമില്ല. അവർ മറ്റൊരു ഗൂഢാലോചനയിലായിരുന്നു.

ആർക്കും ഭാരമാകാതെ ജീവിക്കാനുള്ള രീതി ചെറുപ്പംതൊട്ടേ അവനു സ്വായത്തമായിരുന്നു. താൻ ക്രിസ്തുവാണെന്നു തിരിച്ചറിഞ്ഞ നാൾമുതൽ അവൻ അതു കൃത്യമായി പാലിച്ചു പോന്നു. ഒരാവശ്യവും ആരോടും പറയാറില്ല. തനിക്കു വേണ്ടി മറ്റുള്ളവരെ വലിച്ചടുപ്പിക്കാറില്ല. സ്വയം സാധ്യമായ കൃത്യങ്ങളെല്ലാം പരിഭവം തോന്നാതെ ചെയ്തു. അവന് അസാധ്യമായതു മാത്രമേ നിറവേറ്റിത്തരുവാൻ മറ്റുള്ളവരോട് അപേക്ഷിച്ചുള്ളു. കുടുംബവേലകളിൽ സദാ നേരം സഹകരിച്ചു. തന്റെ ഉടുപ്പുകൾ തന്നത്താൻ അലക്കി. പാത്രങ്ങൾ കഴുകി, പരിസരങ്ങൾ വൃത്തിയാക്കി. സ്വന്തമായ ആഗ്രഹങ്ങളൊന്നും എവിടേയും ഉന്നയിച്ചില്ല. അവനേൽക്കുന്ന മുറിവുകൾ അപരർ അറിയാതായി. പരിദേവനങ്ങൾ മറ്റാരോടും പങ്കുവയ്ക്കാറില്ല. ഒരിക്കലും അ

വൻ കരയുന്നത് ആരും കണ്ടിട്ടില്ല. അവൻ കരയാറേയില്ല.

പക്ഷേ,

ആ ദിവസങ്ങളിൽ കരഞ്ഞു, സിസിലിയുടെ അവഗണന ഏറ്റ യാമങ്ങളിൽ. ഇരുട്ടിന്റെ പിന്നണി നിശബ്ദതകളും കുളിമുറിയിലെ ജലശബ്ദങ്ങളും ആ ദിവസങ്ങളിൽ പലപ്പോഴായി ഒരേകാകിയുടെ വാവിട്ടു കരച്ചിൽ കേട്ടു. ആ രാവുകളിൽ മാത്രം കിടപ്പായയിൽ തലയണക്കു പകരം മടക്കിവയ്ക്കാറുള്ള കൈത്തണ്ടിൽ കണ്ണീരിന്റെ നനവുണ്ടായി. സിസിലിയുടെ നോട്ടുബുക്കിലെവിടെയോ കുറിച്ചിട്ടതായി കണ്ട ഈ വാക്കുകൾ, ആ നേരങ്ങളിൽ ഉള്ളിൽ തേങ്ങി:

'അവന്റെ ഇടതുകരം എന്റെ തലയണ ആയിരുന്നെങ്കിൽ! വലതു കരം എന്നെ ആലിംഗനം ചെയ്തിരുന്നെങ്കിൽ!'

സംഭവിക്കാതെ പോയി ഈ സ്നേഹ ക്രിയകൾ ...

വിവാഹിതരായിട്ടും സഫലമാകാതെ പോയി ഈ വരികൾ..

സിസിലി അതു കുറിച്ചിടുന്ന കാലത്ത് ചിത്രേശ്വരന്റേതായിരുന്നുവല്ലോ, അതിൽ, തലയണയാവേണ്ടുന്ന കരങ്ങൾ..

ഒരു കാരണം കൊണ്ടുമാത്രം സംഭവിക്കുന്നതല്ല

സോളമന്നെതിരായ പള്ളിക്കാരുടേയും പാർടിക്കാരുടേയും ഗൂഢാലോചന ആ ദേശത്ത് മറ്റൊരാൾ മണത്തറിഞ്ഞു:

ജീവിതം പാർടിയോടൊപ്പം സമർപ്പിച്ച് ജനങ്ങൾക്കു സ്വീകാര്യനായി മാറിയ മറ്റൊരു യുവാവ്. സോളമന്റെ രാഷ്ട്രീയഭാഷയിൽ പരിചയപ്പെടുത്തിയാൽ, റിവിഷണിസ്റ്റായ ചിത്രേശ്വരൻ.

വരച്ച വരയ്ക്കുള്ളിൽ ചരിത്രത്തെ നെയ്യാനറിയുന്നവനാണ് ചിത്രേശ്വരൻ. വർണവും നിഴലും കൊത്തി ത്രികാലങ്ങൾ പ്രതിഫലിപ്പിക്കുന്നവൻ. വരച്ചിട്ട പർവതത്തിൽനിന്നും പുഴ പിറക്കുന്നതും കാത്ത് കാൻവാസിനു മുന്നിൽ തപം ചെയ്യുന്നവൻ. മേഘചിത്രങ്ങൾക്ക് സന്ധ്യാനിറം പകരാൻ തന്റെ രക്തകോശങ്ങൾ തുറന്നു പിടിച്ചവൻ. മഴയും മഞ്ഞും വെയിലുമില്ലാത്ത ഋതുപ്രഭാവങ്ങൾ കാൻവാസിലെ രഹസ്യതലങ്ങളിൽ കോറിയിടുന്നവൻ. അവന്റെ ലോകം ചിത്രപ്പുരയല്ല. എല്ലാ തിരക്കുകളും കഴിഞ്ഞുള്ള നിശീഥയാമങ്ങളിൽ മാത്രമാണ് ഉറക്കത്തോടു കടം പറഞ്ഞ് ഈ വരച്ചിടുന്നതെല്ലാം. ഒരു വര തീരുമ്പോഴേക്കും ലോകം ഉണർന്നിരിക്കും. പരിസരം അവനെ കാത്തിരിപ്പുണ്ടാകും. പിന്നേയും പ്രവൃത്തിചക്രം തിരിഞ്ഞുവരും.

പീപ്പിൾ പ്രോഗ്രസീവ് മൂവ്മെന്റ് മലനാട് ഡിവിഷന്റെ നെടുംതൂണായി ചിത്രേശ്വൻ വളർന്നിരിക്കുന്നു.

വിപ്ലവമാണ് പി.പി.എം.ന്റേയും ഭാഷ. ചരിത്രത്തെ ശരിയായ പാതയിലൂടെ നയിക്കുകയെന്ന നിയോഗം തങ്ങൾക്കു മാത്രമുള്ളതാണെന്നാണ് അവരുടെ വിശ്വാസം. ചിത്രേശ്വരനും അതു വച്ചുപുലർത്തുന്നു.

ഡിവിഷൻ കമ്മിറ്റി സെക്രട്ടറിയായി ചിത്രേശ്വരൻ തെരഞ്ഞെടുക്കപ്പെട്ട സമ്മേളനത്തിൽ ഒരു പ്രതിനിധിയൊഴികെ എല്ലാവരും അവനു

വോട്ടു ചെയ്തിരുന്നു. ആ പ്രതിനിധി താൻ തന്നെയോ എന്ന ശങ്കയും അവനില്ലാതില്ല.

അവൻ അവന്നെതിരായിരുന്നു എന്നുമെന്നും. അവന്റെ ശത്രു അവൻ തന്നെ. കൊല്ലപ്പെടുമെങ്കിൽ അവന്റെ കൊലയാളിയും അവൻ തന്നെയായിരിക്കും. അതിന്റെ സാധ്യതകൾ കൂട്ടിമുട്ടിക്കുന്ന ഒരു നോവൽ 'ആത്മഹത്യ'യെന്ന പേരിൽ ഇടക്കാലത്ത് രചിച്ചതാണ്. ആർക്കും വായിക്കാൻ നൽകിയില്ല. പ്രസിദ്ധീകരണത്തിനയക്കുന്ന സ്വഭാവമില്ല. സൃഷ്ടിയുടെ സുഗന്ധം സ്വകാര്യമായി ആസ്വദിക്കും. എഴുത്തിന്റെ ലക്ഷ്യവും പ്രതിബദ്ധതയും അതിൽ പരിമിതപ്പെടുത്തി. താനാണ് പ്രപഞ്ചത്തിന്റെ കേന്ദ്രമെന്ന് ഒരാൾക്ക് വിശ്വസിക്കാൻ കഴിയുന്നുവെങ്കിൽ അയാളെ ചുറ്റിയാവും പ്രാപഞ്ചികഭ്രമണം. അത്തരമൊരാളിൽ നിറയുന്ന അനുഭൂതി പ്രകൃതിസത്തയാകെ വികേന്ദ്രീകരിച്ചോളും.

സിസിലിയ്ക്കെഴുതിയിരുന്ന അവന്റെ കത്തുകൾ അവളേക്കാൾ ആസക്തിയോടെ വായിച്ചത് അവനായിരിക്കും. എഴുതുമ്പോൾ ഒരു വായന. എഴുതിത്തീർന്നാൽ ഒരു വായന. പകർത്തിയെഴുതുമ്പോൾ അടുത്ത വായന. അയക്കും മുമ്പ് ഒരുവട്ടം കൂടി. എഴുത്ത് അവൾക്കു കൈമാറിയ ശേഷവും സ്വന്തം പോക്കറ്റിൽ സൂക്ഷിച്ച അതിന്റെ പകർപ്പ് വായന. സിസിലി വായിക്കുന്നതിനു സമാന്തരം ഗണിച്ച് അവനും വായിക്കും, അവൾ വായിക്കും മട്ടിൽ. അവളാൽ വായിക്കപ്പെടുന്നതിന്റെ സുസ്മണം അധികമായി ആ വരികൾക്കു അപ്പോൾ സിദ്ധിച്ചിരിക്കും. അതുകൂടി അനുഭവിച്ചുള്ള വായനയാണത്. കത്തിന്റെ പകർപ്പ് വരുംനാളുകളിലേക്കും മാറ്റിവയ്ക്കും. ഗൃഹാതുരതയുടെ കാലപ്പെട്ടിയിലടച്ചു വച്ച് പിൽക്കാലത്തും വായിക്കാൻ.

ഒൻപതു മാസങ്ങൾക്കിടയിലെഴുതിയത് നൂറ്റിയിരുപത്തിയാറു കത്തുകൾ.. അതിൽ പകർപ്പെടുത്തു സൂക്ഷിക്കാൻ വിട്ടുപോയ ഒരു കത്ത് അവളിൽ നിന്ന് കൗശലത്തിൽ പകർത്തി വാങ്ങാനും ശ്രദ്ധിച്ചു. എല്ലാ കത്തുകളും നിധിപോലെ അവൻ കാത്തു - അവനയച്ചതും അവളെഴുതിയതും - ജീവിതാവസാനം വരെ സൂക്ഷിക്കുമെന്ന ശപഥത്തോടെ...

വർഷങ്ങൾക്കു ശേഷം അവയുടെ ചാരവും അവനു കാണേണ്ടി വന്നു.

കത്തിച്ചാമ്പലായത് രണ്ടു ഘട്ടങ്ങളിലായിരുന്നു.

സിസിലിക്കെഴുതിയ കത്തുകൾക്ക് തീ കൊളുത്തിയത് ആദ്യാനുരാഗത്തിലെ നായിക സിസിലി തന്നെ. സിസിലി തനിയ്ക്കെഴുതിയവ ചാമ്പലാക്കിയത് അടുത്ത അനുരാഗപഥത്തിലെ നായിക ലിഖിതയും. രണ്ടും രണ്ടു കാലത്ത്.

സംഭവങ്ങൾ കാലത്തിന്റെ പരവലയസഞ്ചാരനിയമമാണ് പിന്തുടരുന്നത്. ഒരു സംഭവത്തിന്റെ പരാബോളിക് പ്രതിസാമ്യതാ അക്ഷത്തിൽ വച്ച് രണ്ടാമത്തെ സംഭവം. ഒന്ന് ആരോഹണത്തിലാവാം, മറ്റേത് അവരോഹണത്തിലും. ചരിത്ര സഞ്ചാരത്തിന്റെ രഹസ്യഗ്രാഫ് ചിത്രേശ്വരൻ നിരീക്ഷിച്ചറിഞ്ഞത് അങ്ങനെയാണ്: തന്റെ ജീവിതത്തിലെ ഏതു സംഭവവും അതിന്റെ അനുവൃത്തപ്രതിയക്ഷത്തിൽ ആവർത്തിക്കപ്പെടുന്നതായി അവൻ കണ്ടെത്തി. പ്രണയവും ആ നിയമം തെറ്റിച്ചില്ല.

സിസിലിയുമായുള്ള പ്രണയഭ്രംശത്തിനുശേഷം അവൻ മറ്റൊരു പ്രണയതീരത്ത് നങ്കൂരമിടുമെന്ന് പ്രതീക്ഷിച്ചതേയല്ല. ആത്മം പാടെ മരവിച്ചു പോവുകയും നിസംഗതയുടെ സാന്ദ്രീകരണം അടിയുറക്കുകയും ചെയ്തതാണ്. ഇണ നഷ്ടപ്പെട്ടപ്പോൾ, തുഴ മാത്രമല്ല പുഴയും നഷ്ടപ്പെട്ടതായി അവൻ വിശ്വസിച്ചു. സ്മൃതിചിത്രങ്ങളുടെ ദിശയിൽ മാത്രം അവൻ മുഴുകി.

ഒരു തുരുത്തിൽ നിന്നും പാർടിയോഗം കഴിഞ്ഞ് തിരിച്ച ഒരു പാതിരാവ് - നിലാവിന്റെ തിരയോളങ്ങൾ രമിക്കുന്ന ജലോപരിതലത്തിലൂടെ വഞ്ചി നീങ്ങി. അവനും വഞ്ചിക്കാരനും മാത്രം. നിലാവിന്റെ കൗമാരപ്രതിമയായി മറ്റേയറ്റത്ത് തുഴയുകയാണ് മുഹമ്മദ്. വെളുത്തു മെലിഞ്ഞ ആ ഉടൽചിത്രം പതുക്കെ കാവ്യരൂപം പ്രാപിച്ചു കൊണ്ടിരുന്നു. പുഴയോളങ്ങളും നിലാഭംഗങ്ങളും മറുകരയിലെ ഇരുണ്ടനിഴലുകളും അവനിൽ സംലയിച്ച് നീലിച്ച നഗ്നമേനി കടഞ്ഞു. ജലവേരുകളിൽ നിന്നും മദോന്മാദരാഗങ്ങൾ ഉറവെടുത്തു. ജലവിസ്തൃതി പുഴയെ ഉപേക്ഷിച്ച് കടലാകൃതി കൈവരിച്ചു. മറുകര അപ്രത്യക്ഷമായി. സഞ്ചാരത്തിന്റെ താളം മുറുകി.. യാനം അനന്തമായ യാത്ര സമ്മാനിക്കുമെന്നു തോന്നലുണ്ടാക്കി. മുഹമ്മദ് സിസിലിയായി പുഷ്പിച്ചു. സുരഭില ലയനം. പ്രകൃതി ആലിംഗനത്തിലമർന്നു. പൂർണചന്ദ്രികയുടെ പ്രഭാപൂരം ആ കോമളരൂപത്തിന്മേൽ കവിതയെഴുതി. ചുറ്റും ചൂടുണർന്നു. കരയിലിറങ്ങി, ഹസ്തദാനം ചെയ്യുമ്പോൾ, അവൻ പറഞ്ഞു: "സഖാവിന്റെ ശരീരത്തിന് എന്തു തണുപ്പ്. രക്തം ഉറഞ്ഞു പോകുമല്ലൊ!"

പ്രകൃതി അതിന്റെ വിരുദ്ധ സഞ്ചാരത്തിലാണ്. സഞ്ചരിക്കുന്ന വൈരുധ്യമാണ് പ്രകൃതിയെന്ന് മറ്റൊരു തരത്തിൽ പറയാം. സൂര്യനുദിക്കുന്നത് കാലത്തിൽ, പ്രകാശം പരത്താനാണ്. ചൂടുറവകൾ ചുരത്താനാണ്. പക്ഷെ സംഭവിക്കുന്നത് മറ്റൊന്നാണ്, കാലം ഇരുളുകയാണ്. മാനസം മരവിക്കുകയാണ്. മസ്തിഷ്കം ശീതീകരിച്ചു കൊണ്ടിരിക്കുന്നു. തണുപ്പിന്റെ ഭ്രാന്ത് തിളക്കുന്നു. വിപ്ലവത്തിന്റെ ധ്രുവം മാറിത്തി

രിഞ്ഞുവോ ..തിളച്ചുമറിയുന്ന ദ്രവണാങ്കമല്ല മാറ്റത്തിലേക്ക് എടുത്തുചാടുക. ചുട്ടുപൊള്ളുന്ന പ്രതലങ്ങളല്ല ആദ്യം പൊട്ടിത്തെറിക്കുക. മരവിപ്പിന്റെ അഗാധസന്ധികളാണ് രൂപം മാറുക.. വിപ്ലവം ശിഖരത്തിലല്ല, വേരിലാണ് പൂക്കുക.

പൂർണനിലാവ് ശാപമായി പെയ്ത അന്നത്തെ വൈകിയ രാത്രിയിലും, വഴിയിൽ പാർടി നേതാക്കളായ രണ്ടധ്യാപകരെ അവൻ കണ്ടു. ഒന്ന്, വിവേകാനന്ദൻ മാഷ്. മറ്റെയാൾ, ഹരീന്ദ്രൻ ...

വിവേകാനന്ദൻ മാഷ് അധികം സംസാരിച്ചില്ല. അദ്ദേഹത്തിന്റെ മകൾ ലിഖിതയുടെ പിറന്നാളിന് ക്ഷണിച്ചു. വരാതിരിക്കരുതെന്ന് പറയുവാൻ മകൾ പ്രത്യേകം ഓർമിപ്പിച്ച കാര്യം എടുത്തു പറയുകയും ചെയ്തു.

തൊട്ടുപിന്നാലെ, എതിരെ വന്ന ഹരീന്ദ്രൻ മാസ്റ്റർ പക്ഷെ, സംസാരപ്രിയനാണ്. കേടും പേടും വന്ന വാക്കുകൾ നാവാൽ കൊത്തിയെടുക്കുന്നതിൽ വിരുതൻ. കേൾക്കുന്നവരുടെ കാതിലൂടെ വള്ളിമുള്ളായി ആ വാക്കുകൾ വാർന്നു കയറും.. സ്നേഹഭാവം പൂശിയാണ് ഏതു കഠോര പദവും തൊടുക്കുകയെന്ന പ്രത്യേകതയുമുണ്ട്.

“താനെവിടുന്നാ, ഈ പാതിരക്ക്.. വല്ല പാർടിപരിപാടിയും, പറയാനുണ്ടാവും... ”

ഉത്തരം ചോദ്യത്തിലൊളിപ്പിച്ച രീതിയിലാണ് അയാളുടെ സംസാരം. അതിനാൽ കേൾക്കുന്നവർക്ക് മറുപടി പറയാൻ അവസരം കുറവായിരിക്കും.

അയാൾ പിന്നേയും തുടർന്നു : “പണ്ടത്തെ പാർടി നേതാക്കന്മാർ ഒളിസേവ നടത്തിയതൊക്കെ പാർടിക്കണക്കിലായിരുന്നു. ‘ഒളിവിലെ ഡയറികൾ’ എന്നൊക്കെ വീരരസം ചാലിച്ച് പിൽക്കാലത്ത് നമ്മളവ പാടിനടക്കും.. നീ ചെറുപ്പക്കാരനായോണ്ട് പറയ്യാണ്.. വഴി തെറ്റാതെ നോക്കിക്കൊ”

അതിനു മറുപടി പറയാൻ തക്ക ഒന്നും ചിത്രേശ്വരന്റെ നാവിൽ വന്നില്ല.

നേരം പാതിര കടന്നിട്ടും തന്നെ വിടാനുള്ള ഭാവമായിരുന്നില്ല അയാളിൽ. തലേന്ന് വീട്ടിൽ നടന്ന ആഘോഷത്തെപ്പറ്റിയടക്കം ആർഭാടപൂർവം വാചാലനായി. അതുമൊരു പിറന്നാൾ വിഷയമാണ്. എഞ്ചിനിയറിംഗ് വിദ്യാർഥിനിയായ അയാളുടെ രണ്ടാമത്തെ പുത്രിയുടെ .

അതിനിടെ ചിത്രേശ്വരന്റെ സ്വകാര്യങ്ങളേയും വെറുതെ വിട്ടില്ല. കുത്തിക്കുത്തി ചോദിച്ചു.. ഒരു ജോലി തേടാത്തതിനെപ്പറ്റിയുള്ള പരിഭവപ്രദർശനമായിരുന്നു അക്കൂട്ടത്തിൽ കൂടുതൽ അസഹ്യതയുണ്ടാ

ക്കിയത്.

'താനൊരു തൊഴിൽ തരപ്പെടുത്താത്തതെന്താ, ഭാവി ജീവിതത്തെ പ്പറ്റി കണക്കുകൂട്ടലുകൾ വേണ്ടെ ..? രാഷ്ട്രീയം മാത്രം മതിയോ.. ജോലിക്കു ശേഷമുള്ള നേരംപോക്കിന് പോരെ പാർടി ”

മിണ്ടാതിരുന്നു. പാർടി തന്നെയാണു ജീവിതമെന്നു അയാളോടു പറയുന്നതിൽപരം വിഡ്ഢിത്തമില്ലല്ലോ. അയാളാണു ശരിയെന്നും താനാണു വിഡ്ഢിയെന്നും കാലം പിൽക്കാലത്തു സ്ഥാപിച്ചു തന്നപ്പോഴും തന്റെ ശരിയെ ചിത്രേശ്വരൻ സ്വകാര്യമായി ആദരിക്കാതിരുന്നില്ല.

എന്തിന് ഇയാളോടു തന്നെപ്പറ്റി വിശദീകരിക്കണം.. മൂളലഭിനയിച്ചു നടക്കാനൊരുങ്ങി. അയാളുടെ സംസാരം പുഛം പുരണ്ടു തുടങ്ങി:

“രാഷ്ട്രീയത്തിലാണു ഭാവിയെങ്കിൽ, വേറെ ജോലിയെന്തിന്, ഹല്ലെ?”

ജീവിതത്തിൽ മറ്റൊന്നുമുദ്ദേശിക്കുന്നില്ലെന്നു പറഞ്ഞപ്പോൾ അയാളുടെ ഭാഷയ്ക്ക് കമ്മിറ്റി സ്വഭാവം കൈവന്നു:

“പൂർണസമയ പ്രവർത്തകനാവണമെന്ന് സ്വയം തീരുമാനിച്ചതുകൊണ്ടായില്ല. തന്നെ ആ നിലവാരത്തിൽ നിയോഗിക്കണമെന്ന് പാർട്ടിക്ക് ബോധ്യം വരണം. എന്നെപ്പോലുള്ളവർക്ക് ജോലിക്കു പുറമെ നിറവേറ്റാവുന്നതേയുള്ളു ഒരു മേഖലാസെക്രട്ടറിയുടെ പദവിയൊക്കെ”

വിദ്യാർഥിസംഘടനയിൽ പൂർണമായും മുഴുകിയിരുന്ന കാലത്ത്, ഡിവിഷൻകമ്മിറ്റിയിൽ കാഡർക്ഷാമമുണ്ടെന്നു പറഞ്ഞ് തന്നെ ഇങ്ങോട്ടയക്കാൻ തീരുമാനമുണ്ടാക്കിച്ചത് ഇയാളാണെന്നും, പാർടിയുടെ ഉയർന്ന ഘടകങ്ങളിലെത്തിപ്പെടാവുന്ന വാതിലുകൾ തനിക്കു മുന്നിൽ കൊട്ടിയടക്കാനുള്ള ദുർബുദ്ധിയാണ് അതിന്റെ പിന്നിലെന്നും ഡിവിഷൻ ജോ. സെക്രട്ടറി ശ്രീധന്യൻ ഒരിക്കൽ പറഞ്ഞിരുന്നു; അന്നതു ബോധ്യപ്പെട്ടിരുന്നില്ല.

“സ്വന്തംവഴികൾ അവരവർ തെരഞ്ഞെടുക്കുന്നതല്ലെ നല്ലത്” എന്നു മാത്രം പറഞ്ഞ് ചിത്രേശ്വരൻ ഹരീന്ദ്രൻ മാസ്റ്ററെ ഒഴിവാക്കി നടത്തത്തിന് വേഗത കൂട്ടി.

'പൊയ്ക്കോളൂ, നിന്റെ വഴികൾ കഴിയുന്നതും ഞാനടച്ചിടുന്നുണ്ട്.'

അത്തരത്തിലൊരപധ്വനി പിന്നിൽ പൊന്തിവന്നതായി ചിത്രേശ്വരന് തോന്നായ്കയില്ല.

*** ***

പിറന്നാൾ സമ്മാനമായി ലിഖിതക്കു നൽകുവാൻ, ഏഥൽ ലിലിയൻ വൊയ്നിച്ചിന്റെ 'കാട്ടുകടന്നൽ ' എന്ന നോവലും ചിത്രേശ്വരൻ കരുതിയിരുന്നു. ഒടുവിലത്തെ താളിൽ 'കാവ്യപൂർവം, നിനയ്ക്ക് ' എന്നെഴുതി ഒപ്പു പതിഞ്ഞ ആ പുസ്തകം കയ്യിലെത്തിയ നിമിഷം അവൾ അതിന്റെ ഒടുവിലെ താളാണ് തുറന്നു നോക്കിയതും. അന്നേരത്ത് വിവേകാനന്ദൻമാഷ് ഉമ്മറത്തേക്കു വന്നതിനാൽ അവൾ അകത്തേക്കു പിന്മാറുകയും ചെയ്തു.

ചിത്രേശ്വരനെ സംബന്ധിച്ച് മാഷുടെ മകൾ മാത്രമല്ല ലിഖിത, പാർടിയുടെ വിദ്യാർഥി വിഭാഗമായ എസ്.പി.എം. സംസ്ഥാനകമ്മിറ്റിയംഗവുമാണ്.

'അകത്തേക്കു വരൂ, ചിത്രൻ'

ആ ക്ഷണത്തിനു മുമ്പേ അവൻ വാതിൽപ്പടി കടന്നിട്ടുണ്ടാവണം. സ്വീകരണമുറിയിലെ ചൂരൽക്കസേരയിലിരുന്ന ശേഷം ചുറ്റും കണ്ണോടിച്ചു. നാലുഭാഗത്തും പുസ്തക ഷെൽഫുകളാണ്. ചുമരിൽ ഒഴിഞ്ഞ ഭാഗത്തായി തൂക്കിയിട്ട ഒരു ചിത്രവുമുണ്ട്. തുണിയിൽ നെയ്തതാണ് - ഭൂഗോളത്തെയാകെ കൈ ചൂണ്ടി സംബോധന ചെയ്യുന്ന മഹാനായ ലെനിൻ.

'ആ ലെനിന്റെ നാട്ടിലാ നവംബറേഴിനിന്നലെ '

ഒരു മൂളിപ്പാട്ട് കേൾക്കാമറയത്തെവിടെയോ മാറ്റൊലിച്ചു. ഈയിടെയായി ഇടക്കിടെ ഈ വരികൾ ചിത്രേശ്വരന്റെ നാവിൻതുമ്പത്തു തത്തിക്കൊണ്ടിരിക്കുന്നു. കോടമഞ്ഞു പുതച്ച പ്രസാദപൂരിതമായ ഒരുദയദൃശ്യവും ഒപ്പം മനസ്സിലടിക്കും.

കൽക്കത്തയിലെ പുലരിവെളുപ്പ്. മൂടൽമഞ്ഞു വകഞ്ഞ് ഡംഡം നഗരവീഥിയുടെ പ്രസരിപ്പിലൂടെ ഒരു ബസ്സു യാത്ര. ഏറ്റവും പിന്നിലെ സീറ്റിലായിരുന്നു താൻ. തൊട്ടു മുന്നിലെ മൂന്നു നിര സീറ്റുകളിൽ പെൺകുട്ടികളാണ്. അവരും എസ്.പി.എം .അഖിലേന്ത്യാ സമ്മേളനത്തിനെത്തിയ പ്രതിനിധികൾ. അവരുടെ തെളിഞ്ഞ ശബ്ദങ്ങൾ ഒന്നിച്ചുയരുകയാണ്:

'.... നിന്നുണർന്ന പൂക്കളേ ലാൽ സലാം. '

ഹൃദയത്തിൽ തൂമഞ്ഞു കോരിയിടുന്ന സംഘശബ്ദം.

ഒരു വളവിൽ ബസ് വെട്ടിച്ചപ്പോൾ പാടുന്നവരിൽ ഒരാളുടെ മുഖം ചിത്രേശ്വരന്റെ കാഴ്ചയുടെ പരിധിയിലേക്കു പൊടുന്നനെ പെട്ടു. നീലഷാൾ പുതച്ച ഒരുവൾ. സൂര്യാംശുക്കൾ ആ മുഖത്തേക്കു ചാഞ്ഞു ചിതറുകയാണ്. കിരണങ്ങൾ കണ്ണിൽ തറക്കാതിരിക്കാൻ അവൾ അല്പം കൂടി ഇടത്തോട്ടു തലവെട്ടിച്ചു. ആ നേരം മുഖം വ്യക്തമായി ക

ണ്ടു. കവിളിന്റെ ഒരു ഭാഗത്ത് നിഴലിന്റേയും മറുഭാഗത്ത് വെൺമയുടേയും പരിലാസം. ഇടതൂർന്ന മുടിയിഴകൾ ചുറ്റുപാടും ചുരുളൻ വരകൾ കോറുന്നു. കാർകൂന്തൽ പഴുതുകളിലൂടെ പുതുരശ്മികൾ പ്രവഹിച്ചു. ഓരോ കിരണവും ഓരോ മുടിയിതളുമായി ആലിംഗനബദ്ധരാവാനുള്ള ആവേശത്തിലായിരുന്നു. നറുചുംബനങ്ങളേറ്റ് മുടികൾക്കിടയിൽ നിറമായകൾ വിളഞ്ഞു. മുഖത്തിന്റെ ഒരു ഭാഗത്തെ ഭാവം ശൈശവമാണ്. മറുഭാഗത്ത് നിഴലിന്റെ നിർമലത. വെളിച്ചത്തിനു മാത്രമല്ല, നിഴലുകൾക്കും വർണരാജി പ്രതിഫലിപ്പിക്കാനറിയുമെന്ന് തെളിയിച്ച നിമിഷങ്ങൾ. സപ്തനിറങ്ങളുടെ സങ്കലനം നെയ്ത ജടാരണ്യകമായി ശിരസ് കാണപ്പെട്ടു. കാലം പുഷ്പിക്കുമെന്നു വിശ്വാസം വരാൻ ഈ ദൃശ്യംമാത്രം മതി. പ്രാപഞ്ചികചിത്രകാരനൊരുക്കിയ ഒരാഷാഢ ചിത്രം അവിടെ തെളിഞ്ഞു കാണാം.

'ആ രംഗം അതേപടി കാൻവാസിൽ പകർത്താൻ കഴിഞ്ഞെങ്കിൽ നിശ്ചയമായും താനുമൊരു ഡാവിഞ്ചിയായേനെ' ചിത്രേശ്വരൻ ചിന്തിച്ചു. ചെറുപ്പംതൊട്ടേ വരച്ചു മതിവരാത്ത, അഥവാ ഇനിയും വര തുടങ്ങാത്ത വരസിദ്ധിയുള്ള ഒരാളാണു താനെന്നു തോന്നാറുണ്ട്. രവീന്ദ്രനാഥ ടാഗോറിനെപ്പോലെ വാർധക്യത്തിലെങ്കിലും വരയ്ക്കണമെന്ന സങ്കടത്തിലായിരുന്നു തന്നിലെ ചിത്രകാരൻ.

അതു വേണ്ടിവന്നില്ല, ദിനചര്യകളെ നിയന്ത്രണത്തിൽ കൊണ്ടുവന്ന് വൈകാതെ വരയിൽ സജീവമാകാൻ കഴിഞ്ഞു.

അന്നു പകർത്താൻ കൊതിച്ച മുഖം ഇവളുടേതായിരുന്നു. ലെനിന്റെ ഗീതം പാടിയവൾ ഇവളായിരുന്നു. ലിഖിതയെ ആദ്യമായി കാണിച്ചു തന്നതും പരിചയപ്പെടുത്തിയതും ആ കൽക്കത്താ സമ്മേളനം.

'ഇന്നു ലിഖിതയെ വരയ്ക്കണം' പിറന്നാൾ ചടങ്ങുകൾക്കു ശേഷം അവളുടെ വീട്ടിൽ നിന്നിറങ്ങുമ്പോൾ ചിത്രേശ്വരൻ തീരുമാനിച്ചു.

ആ രാവിൽ വരച്ചു, കൽക്കത്തയിലെ ബസ് യാത്രയിൽ പ്രഥമ ദർശനത്തിൽ ജ്വലിച്ചു വിടർന്ന അന്നത്തെ മുഖം. 'ഒരു പെൺനിലാവിന്റെ പാതി. ലിയാണാഡോ ഡാവിഞ്ചിയോടു കടപ്പാട്' എന്നൊരടിക്കുറിപ്പും ചേർത്തു.

മൊണാലിസാ, നിന്റെ കണ്ണുകളിൽ ബന്ദിയായ രണ്ടുനക്ഷത്രങ്ങൾ.
വിഷാദത്തിന്റെ ചിഹ്നമായി പാതി മുറിഞ്ഞ പുഞ്ചിരി.
കിനാവുകൾ സ്ഫുരിക്കുന്ന അർധദീപനാളം.
നിറങ്ങളുടെ ചുണ്ടിൽ അചുംബിത രഹസ്യം.

ലിഖിത അടുത്തുവന്നു നിൽക്കുന്നു.

ലിഖിതയെ സ്പർശിച്ചപ്പോൾ ദീപനാളത്തിലെ രഹസ്യങ്ങൾ അപ്രത്യക്ഷമാകുന്നതായി കണ്ടു.പ്രകാശപടലം ദിവ്യരഹിതമായിക്കൊണ്ടിരുന്നു. ലിഖിത വെറുമൊരു ചിത്രമായി ശേഷിച്ചു.

ഏതോ തരം ദാഹം ശരീരമായയിലെവിടെയോ കൊളുത്തപ്പെടുന്നതായി ചിത്രേശ്വരൻ അറിഞ്ഞു. സിസിലി അവതരിച്ച് തന്റെ ഉടലിന്റെ ആഴങ്ങളിലേക്ക് ഊളിയിട്ടു ചെന്ന് അത് കെടുത്തി. വര പൂർത്തിയാക്കിയ ആ രാത്രി ഒട്ടും ഉറങ്ങാനായില്ല.

പുലർച്ചെ പുറപ്പെടേണ്ടി വന്നു. ഇന്നു സഞ്ചരിച്ച വഴികൾനീളെ ലിഖിതയായിരുന്നു. നോക്കുന്നിടത്തെവിടേയും അവളുടെ മുഖഛായ. പാതയോരത്തെ ചെടികളിൽ അവൾ പുഷ്പിച്ചു. വൃക്ഷശിഖരങ്ങളിൽ അവൾ പടർന്നു. ഇലകളിൽ അവൾ മുഖചിത്രമായി. നീലാകാശത്തിന്റെ ഞൊറിവുകളിലെല്ലാം അവൾ ഒളിച്ചു നിന്നു. ഭിന്നസംഖ്യയുടെ മധ്യവരപോലെ ചിന്തയുടേയും അനുഭവങ്ങളുടേയും ഇടരേഖയായ് അവളെ വരച്ചു നിർത്തിയാണ് ഇന്നത്തെ പരിപാടികളെല്ലാം പൂർത്തീകരിച്ചത്.

ബാലസഖ്യം മേഖലാ ക്യാമ്പ് ഉദ്ഘാടനമായിരുന്നു തുടക്കം. കുട്ടികൾ കാലത്തിന്റെ മുന്നണിപ്പടയാളികളാണെന്നു വിശദീകരിക്കാനായിരുന്നു പ്രസംഗിച്ചത്. സഹകരണ ബാങ്ക് അഴിമതി അന്വേഷിക്കണമെന്ന ആവശ്യവുമായി നടന്ന യുവജന ധർണയായിരുന്നു അടുത്ത പരിപാടി. അധികാരത്തിന്റെ ഒഴിയാബാധയാണ് അഴിമതിയെന്നും ഏതധികാരസ്ഥാനത്തോടും സന്ധിയാവാതിരിക്കാൻ യുവത ശപഥം ചെയ്യണമെന്നും അഭിവാദ്യ പ്രസംഗത്തിൽ പരാമർശിച്ചു. അന്നേരം ഹരീന്ദ്രൻ മാസ്റ്റർ സമരപ്പന്തലിൽ നിന്നുമെഴുന്നേറ്റു പുറത്തേക്കു പോകുന്നതു കാണാമായിരുന്നു. തെരുവുനാടകക്കളരിയിലായിരുന്നു ഉച്ചനേരം. വിശപ്പു മറന്നു. ഉച്ചകഴിഞ്ഞ് പ്രോഗ്രസീവ് വേദി സംഘടിപ്പിച്ച ഒരു സെമിനാറിനെത്തി. 'മതവും സമൂഹവും' എന്ന വിഷയത്തിൽ വിവിധ വീക്ഷണക്കാർ സംവദിച്ചു. വിഷയാവതാരകനായതിനാൽ, അന്തിയാവോളം അവിടെ ഇരിക്കേണ്ടി വന്നു. രാത്രി നഗരത്തിലെ ഒരേയൊരാശുപത്രിയായ 'ക്രിസ്തുദേവ'യിൽ കയറി പരിചിതരായ ചില രോഗികളേയും സന്ദർശിച്ച ശേഷമാണ് പാർടി ഓഫീസിലെത്തിയത്.

ഏതു ചലനത്തിനും ഇന്നൊരു പുതുമ കൈവന്നിരുന്നു.

പഴയ ഇരുനില കെട്ടിടത്തിന്റെ വരാന്തയിലേക്ക് കാലെടുത്തു വയ്ക്കുമ്പോൾ, അകത്ത് ആളനക്കങ്ങൾ അധികമുണ്ടായിരുന്നില്ല.

ഓഫീസ് മാനേജരുടെ കണ്ണടയും നെറ്റിയും കുറുകഷണ്ടിയും മേശക്കു മീതെ ഉയർന്നു കാണാം. വായിച്ചു കൊണ്ടിരിക്കുകയാണോ, മയ

ക്കമാണോയെന്ന് വ്യക്തമല്ല. വിളിച്ചു നോക്കാൻ മെനക്കെടാതെ വരാന്തയിൽ നിന്നു രണ്ടാം നിലയിലേക്കു കയറിപ്പോകാവുന്ന കോണിയ്ക്കരികിലേക്കു നീങ്ങി.

കോണിച്ചുവട്ടിലാണ് ബാലസഖ്യം മേഖലാ കമ്മിറ്റി ഓഫീസ്.ആ മുറിയുടെ വാതിൽ പാതി തുറന്നു കിടക്കുന്നു. സാധാരണയായി, വൈകിയ നേരത്തും ചന്ദ്രഭാനു ഉറക്കമിളച്ച് എഴുതുന്നുണ്ടാവും. ബാലസഖ്യം മേഖലാ സെക്രട്ടറിയാണ്. രാത്രി പന്ത്രണ്ടു മണി പിന്നിട്ടാലും തന്റെ പണി തീരില്ലെന്ന മട്ടാണ്. തുരുതുരാ സർക്കുലറുകൾ എഴുതി നിറയ്ക്കും. കീഴ്ഘടകങ്ങൾക്ക് എത്തിച്ചു കൊടുക്കാനുള്ള തീരുമാനങ്ങളാവും അധികവും. ചന്ദ്രഭാനുവിന്റെ ഭംഗിയുള്ള കൈപ്പട നോക്കി തൊട്ടടുത്ത കസേരയിൽ ഇത്തിരി നേരം താനും കൂട്ടിരിക്കും. പരീക്ഷാക്കാലമായതിനാൽ ഇപ്പോൾ പ്രവർത്തകരാരും എത്താറില്ല. അകത്ത് ആരുമില്ലെന്നുറപ്പിച്ച് വാതിൽ ചേർത്തടച്ച് കോണിപ്പടിയിലൂടെ മുകളിലേക്കു കയറി.രണ്ടാം നിലയിലെത്തുമ്പോൾ ആദ്യം കാണുന്നത് 'കർഷക സഖ്യം മേഖലാ കമ്മിറ്റി ഓഫീസ് 'എന്ന ബോർഡാണ്. അവിടേയും ഇന്ന് ആളനക്കമൊന്നുമില്ല. വാതിൽ അടഞ്ഞുകിടക്കുകയാണ്.

തൊട്ടടുത്ത വിശാലമായ മുറിയാണ് പാർടിമേഖലാ സെക്രട്ടറിയുടേത്. തന്റെ ഇരിപ്പിടവും മേഖലാ കമ്മിറ്റിയുടെ യോഗഹാളും ഈ മുറി തന്നെ.ചില ദിവസങ്ങളിലെ അന്തിയുറക്കം ഹാളിന്റെ ഓരത്തുള്ള ചെറിയ മുറിയിലാണ്. റിക്കാർഡ്സ് സൂക്ഷിക്കാൻ വേണ്ടി ഒരുക്കിയ മുറിയുടെ തറയിൽ പായ വിരിക്കാൻ പാകത്തിൽ ചെറിയഇടമുണ്ട്.

ഇവിടെ തങ്ങുന്ന ദിവസങ്ങളിൽ മിക്കവാറും താൻ തനിച്ചായിരിക്കും. അതുകൊണ്ടു തന്നെ സ്വപ്നകവാടങ്ങൾ തനിക്കായി തുറക്കപ്പെടും. ഇന്നു പക്ഷെ, മറ്റൊന്നും ചിന്തിക്കാതെ ഉറങ്ങാനൊരുങ്ങി.പതിയെ സ്വപ്നയാനം നങ്കൂരമിട്ടു ലിഖിതയെന്ന കടവിൽ.

പിറന്നാൾ ആഘോഷങ്ങൾക്കിടയിലൊരു നിമിഷത്തിൽ തന്റെ നോട്ടം അവളുടെ നേരെ തെറിച്ചു നിന്നപ്പോൾ, ആ കണ്ണുകൾ അതിനു മുമ്പേ തന്നെ തന്നിലുറപ്പിച്ചതായി കണ്ടു. അന്യോന്യം നോട്ടങ്ങൾ കൂട്ടിമുട്ടിയപ്പോൾ നക്ഷത്രശിലകൾ വിദൂരതയിൽ പൊടിഞ്ഞു.ആ നിമിഷം,സ്വപ്നം സ്വപ്നത്തിൽ ചെന്നിടിച്ചതിന്റെ കലങ്ങിമറിയലുണ്ടായി. രണ്ടുപേർക്കും കണ്ണുകൾ പിൻവലിക്കാൻ സ്വല്പം സമയമെടുക്കേണ്ടി വന്നു.

വീണ്ടുമെഴുന്നേറ്റ്, മുറിയുടെ വാതിൽ ചേർത്തടച്ചു കുറ്റിയിട്ടു. 'എലിശല്യ'മുള്ളതാണ്. ഈയിടെ യുവസഖ്യം മേഖലാ വൈസ് പ്രസി

ഡണ്ട് മധുമോഹനാണ് ആ പ്രശ്നം ശ്രദ്ധയിൽ പെടുത്തിയത്. ഇടക്കിടെ ദേഹത്തു വന്നു വീഴാറുള്ള എലികളെ ഓർമയിലൊതുക്കിയാണത്രെ മധുമോഹൻ അന്നുറങ്ങാൻ കിടന്നത്. അർധമയക്കത്തിൽ തന്റെ പാന്റീസിനുള്ളിൽ എലി കയറിയതായ ഒരു സംശയം പാളി. ഉറക്കത്തരമാവാമെന്ന വെളിപാടിനിടയിൽ ശരിക്കുമുണർന്നു പോയി. സംഗതി പൊളിയല്ല, സംഗതി സംഗതി തന്നെ. എലിയല്ല, സാക്ഷാൽ പെരുച്ചാഴി. പാതിരാത്രി കടന്ന ഏതോ നേരത്ത്, ചെരിഞ്ഞു കിടന്നുറങ്ങുകയായിരുന്ന തന്റെ പിന്നിൽ പറ്റിച്ചേർന്നു കിടന്നതാണ് ആ ലിംഗജീവി: മേഖലയിൽ പര്യടനത്തിനു വന്ന യുവസഖ്യം സംസ്ഥാന കോഡിനേറ്റർ ജയചന്ദ്രൻ. ആ മഹാന്റെ ഒരു കരം ഇഴഞ്ഞു വന്ന് മധുമോഹന്റെ പാന്റീസിനുള്ളിൽ പ്രവേശിക്കുകയായിരുന്നു. അവസരം പാഴാക്കിയില്ല. മധുമോഹൻ തന്റെ കാലുമടക്കി ശക്തി സമാഹരിച്ച് പിന്നിലേക്ക് ആഞ്ഞൊന്നു ചവിട്ടി. അതോടെ കക്ഷിയുടെ മാന്തലവസാനിച്ചു. ഇവിടെ കിടന്നുറങ്ങാറുള്ള കൗമാരക്കാരോടും യുവാക്കളോടും 'എലിശല്യബാധ' ക്കെതിരെ ജാഗ്രത വേണമെന്ന മുന്നറിയിപ്പും പിറ്റേന്ന് മധു പരസ്യപ്പെടുത്താൻ മറന്നില്ല. ഈ ഉപദേശം ഓർത്തുസൂക്ഷിച്ചതിനാൽ, മറ്റൊരിക്കൽ ചിത്രേശ്വരനും തന്റെ 'ചാരിത്ര്യം' നഷ്ടപ്പെട്ടില്ല!

ഈ വിഷയത്തിൽ മഹാപുള്ളികളിലൊരാളെന്ന് പറഞ്ഞു കേട്ട സംസ്ഥാന സഹകരണത്തലവൻ വിജയാനന്ദൻ തന്റെ വീട്ടിൽ തങ്ങിയപ്പോൾ, രാത്രി ഒന്നിച്ചുറങ്ങാനുള്ള അതിരുകടന്ന നിർബന്ധമുണ്ടായതാണ്. ഒറ്റക്കു കിടന്നാലേ ഉറക്കം വരൂ എന്നു പറഞ്ഞൊഴിഞ്ഞു.

തറയിൽപായ വിരിച്ച് അതിനുമേൽ പഴയ പത്രക്കെട്ടുകൾ നിരത്തിയാണ് ചിത്രേശ്വരൻ കിടന്നത്. സുഖനിദ്രക്കു പറ്റിയ കിടപ്പ്. പക്ഷെ, ഉറക്കം വന്നതേയില്ല. കൽക്കത്തയിലെ വർണപ്പുലരി വീണ്ടുമുദിച്ചു. നീലഷാൾ ചുറ്റിക്കിടക്കുന്ന ചന്ദ്രബിംബം വിളങ്ങുന്നു. നിലാവിന്റെ നിശബ്ദമായആഘോഷം പുറത്തു കൊഴുക്കുകയാണ്. എന്നിട്ടും ലിഖിതയുടെ മുഖം മനോമുകുരത്തിൽ തെളിച്ചുകാട്ടാതെ മാറിക്കളിക്കുകയാണ്. അതങ്ങനെയാണ് അനുരാഗത്തിലാവുന്ന മുഖം മനസ്സിൽ വരച്ചൊതുക്കാൻ പ്രയാസമാണ്. ആ മുഖമൊഴികെ മറ്റേതൊരു മുഖചരായയും അനായാസം ഭാവനക്കു വഴങ്ങുമെങ്കിലും.

ഉറങ്ങാൻ കിടന്ന് ഒരു യാമം പിന്നിട്ടതേയുള്ളു, ദൂരെയെവിടെ നിന്നോ ഒരു പ്രസംഗത്തിന്റെ അലയൊലി.സൂക്ഷ്മമായി കാതോർത്തപ്പോൾ തൊട്ടടുത്ത കർഷകസഖ്യം മുറിയിൽ നിന്നാണ് ആ ശബ്ദം പ്രവഹിക്കുന്നതെന്നു മനസ്സിലായി.

കർഷകസഖ്യം സംസ്ഥാന കമ്മിറ്റിയംഗമായ സി.പി.യോഗസേനന്റെ ശബ്ദമാണത്. അദ്ദേഹം അടുത്ത സ്ഥലത്ത് പൊതുയോഗത്തിൽ പ്രാസംഗികനായെത്തിയതായിരുന്നു. അടുത്ത പ്രസംഗത്തിനുള്ള റിഹേഴ്സലായിരിക്കുമെന്നാണ് ആദ്യം ഊഹിച്ചത്. കുറച്ചു നേരം ആ പ്രസംഗത്തിനു ചെവി കൊടുത്ത് തിരിഞ്ഞു കിടന്നു. പ്രസംഗം അവസാനിക്കുകയും ചെയ്തു. സമാധാനമായെന്നു ആശ്വസിക്കവെ അതാ വരുന്നു മറ്റൊരാളുടെ ശബ്ദം.

'പ്രസംഗത്തിനിടയിൽ കയ്യടി കിട്ടിയാർന്നൊ ?'

ആ പാതിരാപ്രസംഗത്തിന് ഒരു ശ്രോതാവുകൂടിയുണ്ടെന്ന് അപ്പോഴാണ് ബോധ്യമായത്. കർഷകസഖ്യം ജില്ലാ ജോ: കോഡിനേറ്റർ എം.കെ.യോഹന്നാനാണ് ശ്രോതാവ്. ശ്രോതാവ് തൊട്ടുപിന്നാലെ പ്രാസംഗികന്റെ മൈക്ക് ഏറ്റെടുത്തു:

"ലീഗ് കേന്ദ്രമായ പുരാതനങ്ങാടിയിലായിരുന്നു ഇന്നത്തെ പ്രസംഗം. എന്റെ പേരു വിളിച്ചപ്പോൾ തന്നെ കയ്യടി തുടങ്ങി. സാർവദേശീയ രാഷ്ട്രീയത്തിൽ നിന്ന് ദേശീയ വിഷയത്തിലേക്കു കടന്നപ്പോഴും കയ്യടി. സംസ്ഥാനത്തേക്കു വന്നപ്പോൾ കയ്യടി കനത്തു. ഉപസംഹരിക്കാനൊരുങ്ങിയപ്പോൾ ഹർഷാരവത്തിന്റെ പൂരം. പ്രസംഗം നിർത്തി ഞാൻ സ്റ്റേജിൽ നിന്നിറങ്ങുന്നതു വരെ കയ്യടി തുടരുന്നുണ്ടായിരുന്നു."

നാള നടപ്പാക്കാനുള്ളതല്ല, ഇന്നു നടപ്പായ പ്രസംഗമാണ് രണ്ടു നേതാക്കളും അന്യോന്യം പൂർണരൂപത്തിൽ തകർത്തു കേൾപ്പിക്കുന്നതെന്നു മനസ്സിലായി.

രണ്ടുപേരുടേയും പ്രസംഗത്തിലെ ഭാഷയും അതിന്റെ സംസ്കാരഘടനകളും തന്റെ നേരെ വികൃതമായ ലിപിരൂപങ്ങളായി ഇഴഞ്ഞു വരുന്നതായി ചിത്രേശ്വരനു തോന്നി. എഴുതിയെടുത്താൽ ഒറ്റവാചകത്തിനു പോലും തലയും വാലുമില്ല. അക്ഷരങ്ങൾ മിക്കതും അതാതിന്റെ സ്വരസ്ഥായിലല്ല ഉച്ചരിക്കപ്പെട്ടത്. പൊതുയോഗത്തിൽ കേട്ടിരിക്കുന്നവരോടുള്ള കനത്ത അനാദരവും യോഗത്തിനു പുറത്തുള്ളവരോടുള്ള ഹീനമായ നിന്ദകളും ഇടക്കിടെയുള്ള അട്ടഹാസങ്ങളും ആരോടെന്നറിയാത്ത കലമ്പലുകളും നുണക്കൂമ്പാരങ്ങളും ധാർഷ്ട്യവിളംബരങ്ങളും ചേർത്തു തിളപ്പിച്ച ഒച്ചമസാല. ആശയങ്ങളുടേയും വിചിന്തനങ്ങളുടേയും സാമാന്യസത്തയോ ഭാഷാചാരുതയോ അത്തരം പടവായൻപ്രകടനത്തിൽ അന്വേഷിക്കുന്നതിന്റെ പാഴ്വേലയിൽ നിന്നും ചിത്രേശ്വരൻ പിന്മാറി.

കർഷകസഖ്യത്തിന്റെ ചുമരുകൾക്കുള്ളിൽ ചുരുണ്ടു കിടക്കുന്ന രാഷ്ട്രീയസംഹിത ചുരുളഴിഞ്ഞു കൊണ്ടേയിരിക്കുന്നുണ്ട്.

'അങ്ങേരുടെ ഒരു വാചകം താങ്കളുദ്ധരിച്ചില്ലെ. അതൊന്നു കൂടി പറഞ്ഞേ..' യോഹന്നാൻ ആരാഞ്ഞു.

'ആരുടെ'

'ഒരു യഥാർഥ സുഹൃത്തിനെ പറ്റി പറഞ്ഞ ..'

'ഒരു യഥാർഥ സുഹൃത്തെന്നാൽ, സ്വന്തം ജീവിതം നേരെ മരണത്തിലേക്കു ചൂണ്ടപ്പെട്ടിരിക്കുമ്പോഴും മറ്റുള്ളവർക്ക് ജീവിതത്തിലേക്ക് വഴി കാട്ടിക്കൊടുക്കുന്നവനാണ് യഥാർഥ സുഹൃത്ത്.'

'അതുതന്നെ. നാളെ പയറ്റണം. അതാരുടെ പ്രസ്താവമാണ് '

'അതെനിക്കും നിശ്ചയമില്ല. കഴിഞ്ഞ സഹകരണസെമിനാറിൽ ഒരു സാഹിത്യസംഘക്കാരൻ പ്രസംഗിച്ചത് കേട്ടതാ..'

'താങ്കളൊരു പേര് നേരത്തെ പറഞ്ഞു, ലൂക്കാച്ചീന്നോ മറ്റോ?'

'ഹ..ഹ..ഹാ.. എന്ത് പൂക്കാച്ചി. വായിൽ തോന്ന്യത് കോതയ്ക്ക് പാട്ട്'

'താങ്കൾ വിദേശകടത്തിന്റെ പ്രതിമാസക്കണക്കും ആളോഹരി വിഹിതവുമൊക്കെ ദശാംശം കൂട്ടി പറഞ്ഞതും..!'

'ഹ് , ഹാ.. കണക്കാവട്ടെ, പേരാവട്ടെ, നിങ്ങളുടെ ഭാവന പോലെ. പറയുമ്പോ കേൾക്കുന്നവർക്ക് ആധികാരികമെന്ന് വിശ്വാസം വരണം. സംശയമേതുമില്ലാതെ കസറണം. അത്രക്കു കണിശത കാട്ടിയായിരിക്കണം നിങ്ങളുടെ പറച്ചിൽ ..'

അയൽമുറിയിലെ പ്രഹസനങ്ങൾ അത്യുത്സാഹത്തിൽ കൊടുമ്പിരികൊള്ളവെ, സുഖനിദ്രയുടെ കയത്തിലേക്ക് ചിത്രേശ്വരൻ ആണ്ടു. കൽക്കത്തെയിലെ പ്രഭ മങ്ങാത്ത പ്രഭാതവും ആ ലെനിന്റെ നാടും, പ്രിയസ്വപ്നങ്ങളും അയവിറക്കാനാവാതെ ...

കാലം വീണ്ടും കവിതയായി.

ലിഖിതയുമായി പലവട്ടം സംഗമിച്ചു. ഓരോ കൂടിക്കാഴ്ചയും, പക്ഷെ പ്രണയാഗ്നിയെ തപിപ്പിക്കുകയായിരുന്നോ തണുപ്പിക്കുകയായിരുന്നോ എന്നു തിട്ടപ്പെടുത്താനാവാത്തവിധം പരീക്ഷണസ്വഭാവത്തിലായി. കാണാതിരിക്കുമ്പോൾ കണ്ടുമുട്ടാതെ വയ്യെന്നാവും. കണ്ടുമുട്ടുന്നതോടെ മറിച്ചാകും. ശൂന്യത തളംകെട്ടും. സ്വകാര്യ സംഗമങ്ങൾ കുറ്റമായി പ്രതിഫലിക്കും. കാണുന്നവരെന്തു ധരിക്കുമെന്ന മറ്റൊരു സമ്മർദവും ഭാരമുണ്ടാക്കും. 'മറ്റുള്ളവരെന്തു വിചാരിക്കുമെന്ന' ചെറിയൊരു വിഷയം വലിയൊരു ചോദ്യമാക്കി പല സന്ദർഭങ്ങളിലും ഉപയോഗിച്ചത്, സാമൂഹ്യ മനോഭാവത്തെ ചൂണ്ടിക്കാട്ടാനായിരുന്നില്ല, സ്വന്തം മനസ്സാക്ഷിയെ തൃപ്തിപ്പെടുത്താനായിരുന്നു.

സംശയത്തിന്റെ ചുവ കലർന്നതോടെ പ്രണയം ആസ്വദിക്കാൻ കഴിയാതായി. ചിന്തകളിൽ ചെകുത്താന്റെ കലകൾ വിളഞ്ഞു. അവളുടെ കത്തുകളിലെ ഭാഷ ഭിന്നാർഥങ്ങളിൽ മുക്കി വായിച്ചു. ലിഖിതയുടെ സൗഹൃദങ്ങളെ ഭയപ്പെട്ടു. കണ്ടുമുട്ടാനുള്ള ത്വര ഭ്രാന്തമായി. കണ്ടില്ലെങ്കിൽ അവൾ മറ്റാരുടെയോ കാമുകിയായി മാറുമെന്ന വിവശതകൾ പെരുകി. അവളുടെ ആൺസുഹൃത്തുക്കളിലെല്ലാം കാമുക ലക്ഷണങ്ങൾ തേടിത്തുടങ്ങി. അവളറിയാതെ അവളെ പിന്തുടർന്നു. ഈ ഭൂമിയിൽ ആരേക്കാളും അവളെ അറിയുന്നവൻ, പിന്നപ്പിന്നെ ഒട്ടുമറിയാത്ത ഒരപരിചിതന്റെ പരുവത്തിലായി. പ്രണയവൃക്ഷത്തിന്റെ വേരടർന്നു.. ഹൃദയത്തിന്റെ അത്തരമൊരു വിരുദ്ധ ഭ്രംശത്തിലാണ് ചിത്രേശ്വരനും ലിഖിതയും വിവാഹിതരായത്. പ്രണയത്തിന്റെ ഭൂതകാലം തിളച്ചു തൂവിയെന്ന് തങ്ങളുടെ ആദ്യരാത്രി തന്നെ അവരെ ബോധ്യപ്പെടുത്തി. അപരിചിതമായ ധ്വനികളേ അന്യോന്യം ശ്രവിക്കാനുണ്ടായിരുന്നുള്ളു..

ചിത്രേശ്വരൻ അപരിചിതനായി മാറിയത് ലിഖിതയുടെ അടുത്തു മാത്രമല്ല.പാർടി, കുടുംബം, സമൂഹം, പ്രകൃതി തുടങ്ങിയ നൈസർഗിക വിഹാരങ്ങൾ അന്യമായി. ശരീരാവയവങ്ങൾ,രക്തബന്ധങ്ങൾ, വംശശാഖകൾ, ദേശവേരുകൾ തുടങ്ങിയ ജന്മശൃംഖലകൾ അപരമായി.വികാരം, ഓർമ, സ്വപ്നമണ്ഡലം.. ഏതും നിസ്പന്ദമായി. പരിചയങ്ങൾ, സൗഹൃദങ്ങൾ,... ആരും അന്യരായി. പ്രായബോധമില്ല, സമയവ്യവസ്ഥകളില്ല, പ്രാണസന്ധികളിൽ നിന്നെല്ലാം കാലം പിന്മാറി.

സ്വന്തം സിരകളിലെ രക്തം പുരാതനമായി. തന്റെ നിഴൽ തന്റേതല്ലാതായി. മസ്തിഷ്കം കൂട്ടിയോജിപ്പിക്കാനാവാത്ത ജ്യാമിതീയരൂപങ്ങളായി ചിതറി. ഒന്നും ചിന്തിക്കാനാവുന്നില്ല, തളർന്നു പോകുന്നു. വരയ്ക്കാനാവുന്നില്ല, വരകൾ വഴുതുന്നു. വിരലും വരയും തമ്മിലുള്ള വേരുകൾ അലസമായി. സ്വപ്നം കാണൽ ശൂന്യതയുടെ കത്തിപ്പടരൽ മാത്രം. വിദൂരതകളുടെ പടർച്ച നിലച്ചു. ആകാശമെന്നൊന്നില്ല, അതിന്റെ അതിനിഗൂഢതകൾ അപ്രത്യക്ഷമായി. സുന്ദരചിത്രങ്ങളായി വിരാജിച്ചിരുന്ന മേഘങ്ങളൊക്കെ കൂട്ടിയിട്ട ചവറുകൂനകളായി വിന്യസിച്ചു. പ്രകൃതിജാലങ്ങൾ സർവതും ജഡാന്യാസം.

പരിസരവുമായി ബന്ധം മുറിഞ്ഞ ഒരു പ്രേതശിലയായി അവൻ ഒറ്റപ്പെടുകയായിരുന്നു. അവനപ്പോൾ ഏകാകിയെന്ന കലാരൂപം പോലുമല്ല. സ്വന്തം സർഗസാഗരം നഷ്ടപ്പെട്ട ഒരു പാഴ്വഞ്ചി.

വരയില്ല, വായനയില്ല, എഴുത്തില്ല, സ്വപ്നമില്ല, കാലത്തിനൊപ്പമുള്ള പ്രക്രിയകളൊന്നുമില്ല.

വീക്ഷണങ്ങൾ ഉപേക്ഷിച്ചു, പ്രത്യയശാസ്ത്രവും.

ഭാഷയില്ല, സംസാരമില്ല, ശബ്ദമില്ല, മൗനം പോലും വശമില്ല. മനസ് എന്നൊന്നില്ല, മനോനിലയുടെ പ്രവിശ്യകളൊന്നും പ്രവർത്തിക്കുന്നില്ല. ഭ്രാന്ത് ബാധിക്കുന്നതായി തിരിച്ചറിയാനാവുന്ന ഒരു ഭ്രാന്തന്റെ നില..

ആറിൽ പഠിക്കുമ്പോൾതൊട്ട് ആരംഭിച്ച ഡയറിയെഴുത്ത് ഇതിനിടെ അവൻ നിർത്തിവച്ചു.

അവസാനമായി ഇങ്ങനെയാണ് കുറിച്ചിട്ടത്:

'ഇനി സുഷുപ്തി ഘട്ടം.

ഹൈസ്കൂൾ പഠനകാലം തൊട്ട് എന്നെ ബാധിച്ച ഒരു പ്രതിഭാസം അതിന്റെ പരകോടിയിലെത്തിയിരിക്കുന്നു. പതിമ്മൂന്നോ പതിന്നാലോ പ്രായത്തിലാണ് യുക്തിമണ്ഡലത്തിനു മേലുള്ള ഗ്രഹണബാധയുടെ പ്രഥമദശ. ദൃശ്യങ്ങളും ദർശനങ്ങളും മൂടിപ്പോകുന്നു. ഏതന്തരീക്ഷവും ആത്മസംതൃപ്തി തരുന്നില്ല. പരിസരങ്ങളുമായി വേർപെട്ടു പോകുന്നു. മൂകത കനത്തു വരുന്നു. സ്വാഭിപ്രായങ്ങൾ പ്രകടിപ്പിക്കുന്നതിൽ വിമുഖത വളരുന്നു. സ്വയം പിന്മാറുക ഒരു ജീവിതസിദ്ധാന്തമായി സ്വീകരിച്ചു. എവിടേയും എന്നെ ഞാൻ മറച്ചു പിടിച്ചു. ഒന്നിനും കൊള്ളാത്തവനെന്ന ഒരു വിശ്വാസത്തിൽ സ്വയം തളച്ചിട്ടു. പിൽക്കാലത്തുടനീളം എന്തെങ്കിലും ചെയ്തിട്ടുണ്ടെങ്കിൽ അതൊക്കെ ഈ ഉപരോധത്തെ മറികടന്നാണ്. എവിടേയും പൂർണക്ഷമത സമർപ്പിക്കാൻ തുനിഞ്ഞിട്ടില്ല. കഴിഞ്ഞ ഒരു വ്യാഴവട്ടം കൊണ്ട് ഈ പ്രതിസന്ധി ഭീമാകാരം പൂണ്ടു. ആത്മം സമ്പൂർണമായും ശിഥിലമായി. ആന്തരപ്രകൃതി ചതുർതലങ്ങളിൽ ചാഞ്ചാടിത്തുടങ്ങി. സ്വപ്നദൃശ്യങ്ങൾ നിർമിക്കുന്ന വേല റദ്ദാക്കിക്കൊണ്ട്, സ്വപ്നപ്രളയം മനോമണ്ഡലത്തിലേക്ക് കുതിച്ചെത്തി. വെറുതെ കണ്ണടച്ചിരുന്നാൽ മതി, വൈവർണ്യവും വർണരഹിതവുമായ ബിംബങ്ങൾ തിക്കിത്തിരക്കി വരും. കടലാഴങ്ങൾ കയ്യകലത്തെത്തും. പവിഴദ്വീപുസമൂഹത്തിലേക്ക് എടുത്തെറിയപ്പെടും. സ്വർഗ-നരക-പരലോകങ്ങൾ കൺമുന്നിൽ തെളിയും. ജീവജാലങ്ങളുടെ വിചിത്ര സമഞ്ജസങ്ങൾ ചുറ്റുമണിനിരയ്ക്കും. പ്രപഞ്ചത്തിന്റെ സൂക്ഷ്മവും സ്ഥൂലവുമായ ഘടന കാഴ്ചയിലെത്തും.

എന്നും രാത്രികൾ ഭീകരരൂപങ്ങളാർജിക്കും. സന്ധ്യയെത്തുന്നതോടെ ഏകനായി ഇരുട്ടിന്റെ കൊടുങ്കാട്ടിലേക്കു പ്രവേശിക്കുകയാണെന്ന ഭീതി തുടങ്ങും. കാട്ടിലേക്കുള്ള സഞ്ചാരമാണെങ്കിൽ ബോധപൂർവം മുന്നേറണം. ഇവിടെ അതു വേണ്ട. തിരിച്ചാണ് സംഭവം. രാക്കാട് എന്നെ മൂടിക്കൊണ്ട് എനിക്കെതിരെ സഞ്ചരിച്ചോളും. അന്ധകാരത്തിന്റെ പൈശാചിക ഉള്ളറകളോരോന്നും എന്നെ വിഴുങ്ങും. ഏതു രാ

ത്രിയുമിപ്പോൾ ഈവിധം തന്നെ. രാവിന്റെ കൊടുംയാമങ്ങൾ കടന്ന് അതിഭീകരനിശ്ചലതകൾ സഹിച്ച്, അതിനിടയിലെ അതിനിഗൂഹന സ്വരജ്ജാതികൾ ശ്രവിച്ച്, പുലർവെട്ടത്തിന്റെ ഒരു തരി കാത്ത്, ഒരുതരി പ്രാണൻ മാത്രം ശേഷിച്ച ജഡതുല്യമായ എന്റെ ദേഹം അങ്ങനെ കിടക്കുന്നത് ഭയപ്പാടോടെ സ്വയം കണ്ടു നിൽക്കും. ഉറക്കം ഒരുമാത്ര പോലും സ്വായത്തമാക്കാനാവാതെ, രാവിന്റെ ക്രൗര്യവേട്ടയിൽ നിന്നും രക്ഷപ്പെടാൻ കഴിയാതെ തീർത്തും ഏകനായ ഒരു പിഞ്ചുകുട്ടിയെപ്പോലെ ഞാൻ വാവിട്ടു. നേടിയ പ്രായത്തികവെല്ലാം തിരിച്ചെടുക്കപ്പെട്ട് ഞാൻ പിന്നേയും ശിശുവായി. ശരീരം ശൈശവദളമായി. പലതരം സമയ പ്രഹേളികയിലൂടെ അനുഭവങ്ങൾ കുഴഞ്ഞു മറിഞ്ഞു. ഒരേ സമയം വൃദ്ധനും ശിശുവുമായി.ആണും പെണ്ണുമായി. അർധനാരീനരൻ. മാറിമാറി ശക്തനും അശക്തനുമായി. സുരനും അസുരനുമായി. കൃഷ്ണനും ക്രിസ്തുവും നബിയുമായി. ദരിദ്രനും ധനകോടിയുമായി. നിരക്ഷരനും അക്ഷര ചക്രവർത്തിയുമായി. മുൻജന്മങ്ങളും വരുംജന്മങ്ങളും മാറിമാറി കണ്ടു. എന്റെ ആത്മാവിന്റെ അംശങ്ങളെ എല്ലാ പ്രാണികുലങ്ങളിലും ദർശിച്ചു. അനുഭവങ്ങൾക്ക് നിശ്ചിത ആവർത്തനങ്ങളുണ്ടായി. ആയുസ് സഞ്ചരിച്ചതത്രയും തിരിച്ചെത്തും വിധമുള്ള പരാബോളപഥത്തിൽ, പോയ്മറഞ്ഞ ജീവിതഘട്ടവും പ്രതിബിംബ അടയാളങ്ങളിലൂടെ ഉയിരെടുക്കുന്ന ജീവിതചക്രം. വംശപരമ്പരകൾ കയ്യൊപ്പിട്ട പുനർജനിയുടെ സന്ദേശങ്ങൾ എനിക്ക് അയച്ചു കിട്ടുന്നു. സ്വർഗാധീനമായ ദൃശ്യങ്ങളുടെ ഭീകരവും സുന്ദരവുമായ തുടർച്ചകൾ .. ഈ പ്രഹേളികയാർന്ന ജന്മത്തിന് മോചനമുണ്ടാകുമോ? ഭ്രമരഹിതമായ ഈ പ്യൂപ്പയിൽ നിന്നും ഒരു പ്രാപഞ്ചികശലഭം പറന്നുയരുമോ?'

അതിൽപിന്നെ വളരെ അപൂർവദിനങ്ങളിലേ ഡയറിക്കുറിപ്പുകൾ എഴുതിയുള്ളു. ആന്തരമായികത ശരീരത്തിൽ സൃഷ്ടിച്ച വിക്രിയകൾ ജീവന്റേയും മരണത്തിന്റേയും ദ്വന്ദ്വാത്മക തടവറയിൽ അവനെ കിടത്തി. പ്രണയത്തിന്റെ അദൃശ്യമായ അവയവം മാത്രം നിലച്ചില്ല. സ്ത്രീ അവനു നഷ്ടപ്പെട്ടതായി തോന്നിയ വേളയിലും തന്റെ പുരുഷത്വത്തിന് അഭയം തേടി അവൻ ലിഖിതയെ സ്വീകരിച്ചു പക്ഷെ .. ആ മുഹൂർത്തത്തിനു സാക്ഷിയാവാൻ വർണശലഭങ്ങൾ വന്നില്ല. കാക്കകൾ തുടർച്ചയായി കരഞ്ഞതേയുള്ളു. ആദ്യരാത്രിയുടെ അന്ത്യയാമത്തിൽ തന്നെ, നിശബ്ദമായി അവർ ഒരുടമ്പടിയിലെത്തി - വിവാഹമോചനം നേടുക.

ലിഖിതയെ മാത്രമല്ല, തന്നത്തന്നെ അന്തിമമായി തനിക്കു നഷ്ടപ്പെടുമെന്നതിന്റെ സൂചനകൾ മൂർഛിക്കുകയായിരുന്നു തുടർന്നുള്ള ദിനങ്ങളിൽ. തന്റെ പഥത്തിൽ നിന്നും പിന്മാറുകയേ വഴിയുള്ളു. എന്തെങ്കി

ലുമൊന്നു തീരുമാനിക്കാൻ പോലും തിരിച്ചറിവില്ലാതായ തകർച്ചയുടെ സന്ധിയായിരുന്നു അത്.

ഓർബിറ്റുകളോരോന്നായി ഉപേക്ഷിച്ചു. ഏറ്റവുമാദ്യം പാർടിയെ. വിവാഹത്തിനു മുമ്പേ അതുണ്ടായി. മേഖലാ കമ്മിറ്റിയുടെ സുപ്രധാനമായ ഒരു യോഗത്തിൽ വിഷയം സൂചിപ്പിച്ചു. പ്രവർത്തനങ്ങളിൽ നിന്ന് അവധി വേണമെന്നായിരുന്നു അപേക്ഷിച്ചത്. തുടർന്ന് യോഗത്തിൽ വിചാരണ നടന്നു. കേന്ദ്രസമിതി പ്രതിനിധികളും സന്നിഹിതരായിരുന്നു.

"എത്ര കാലത്തേക്ക് "

"അനിശ്ചിതകാലത്തേക്ക് "

നാവറ്റു പോയ മട്ടിൽ ചിത്രേശ്വരന്റെ സ്വരം ദുർബലമായിരുന്നു. അവധിക്ക് അനുവാദം ലഭിച്ചില്ല. തന്നേയും തന്റെ ഭൂതകാലത്തേയും പാർടിക്കു സമർപ്പിച്ച ജീവിതത്തേയും ഇതേവരെയുള്ള സേവനങ്ങളേയും ഗൗനിക്കുന്ന ഭാവമൊന്നും അവരിലാർക്കും കണ്ടില്ല. അവധി ഉയർന്ന ഘടകത്തിൽ നിന്നു പറ്റില്ലത്രെ.വേണമെങ്കിൽ പ്രാഥമിക ഘടകമായ ബ്രാഞ്ചിൽ തിരികെ ചെന്ന് എടുത്തോളൂ എന്നായിരുന്നു ഉപദേശം. ഇന്നേവരെ ഒരുദിനം പോലുമവധി ചിന്തിക്കാതിരുന്ന തന്റെ പാർടിജീവിതം ഒരു ഫലിതവസ്തുവായി ആ നിമിഷം മാറി. അസഹ്യത രൂക്ഷമായി. ആ യോഗത്തിൽ നിന്നിറങ്ങാതെ വയ്യെന്നു വന്നു. നാളിതുവരെ നൽകിയ സഹകരണങ്ങൾക്ക് കടപ്പാടു പ്രകടിപ്പിച്ചു കൊണ്ട് പുറത്തേക്കിറങ്ങി.

"ഇങ്ങനെ ഈ പാർടിയിൽ നിന്നും ഇറങ്ങിപ്പോകാൻ പറ്റില്ല. അയാളെ നടപടിയെടുത്തു പുറത്താക്കണം"

പാർടി അച്ചടക്ക ചട്ടങ്ങളോടു ഭക്തിയുള്ള ഒരു കേന്ദ്രസമിതിയംഗത്തിന്റെ ഒച്ച തുപ്പൽ തെറിക്കുംമട്ടിൽ തന്റെ കാതിലോളമെത്തി. അപ്പോഴേക്കും ചിത്രേശ്വരൻ പാർടിമന്ദിരത്തിന്റെ കവാടം പിന്നിട്ടിരുന്നു.

അവിടെ നിന്നും നേരെ നീങ്ങിയത് സോളമനെ തേടിയാണ്. അവനെതിരെ നടക്കുന്ന വധഗൂഢാലോചനയുടെ വിവരം ആദ്യം കൈമാറണം.

കാറ്റിന്റേയും നദിയുടേയും രേഖാചിത്രങ്ങൾ

പക്ഷെ, ചിത്രേശ്വരന് സോളമനെ രക്ഷപ്പെടുത്താനായില്ല. അവന്റെ മുന്നറിയിപ്പിനെയായിരുന്നു സോളമൻ സംശയത്തോടെ കണ്ടതും കരുതലോടെ നേരിട്ടതും. സിസിലിയുമായുള്ള വിവാഹത്തിന്റെ ദിനം കുറിക്കപ്പെട്ട സമയമാണത്. സംഗതി പരസ്യമായതിനാൽ ചിത്രേശ്വരനുൾപ്പെടെ അതറിയുമെന്ന് സോളമൻ ഊഹിച്ചു.

തലതിരിഞ്ഞുള്ള ചിന്തയാണ് സോളമനെ ബാധിച്ചത്.

സിസിലി അവർക്കിടയിലെ വിപരീത അടയാളമായിരുന്നല്ലൊ. ഹൃദയത്തിന്റെ വയസ്സ് കാലമെത്ര കഴിഞ്ഞാലും യുവത്വത്തെ മറികടക്കണമെന്നില്ല.പ്രണയം അതിന്റെ സൂക്ഷ്മകലകൾ പുതുക്കിപ്പണിതു കൊണ്ടിരിക്കാം. പ്രണയബന്ധം മുറിഞ്ഞാലുണ്ടാകുന്ന പ്രാചീനമായ പകയും കെട്ടടങ്ങിയെന്നു വരില്ല. സോളമൻ കണക്കു കൂട്ടിയത് ഈ വഴിക്കാണ്:

'തന്റെ കൊല തീരുമാനിക്കപ്പെട്ടു കഴിഞ്ഞിരിക്കുന്നു. ആസൂത്രകൻ മറ്റാരുമല്ല, ചിത്രേശ്വരൻ തന്നെ. അതിന്റെ മുഖംമൂടിയാണ് ഈ മുന്നറിയിപ്പ് '.

വിവരം വൈകാതെ അഗസ്റ്റസ് പാതിരിയെ ധരിപ്പിച്ചു. വികാരിയാകട്ടെ, അലക്സാണ്ടറേയും കൂട്ടരേയുമാണ് സോളമന്റെ സുരക്ഷ ഏല്പിച്ചതും! സംഗതി റവലൂഷണറി വാർ ഗ്രൂപ്പിനും ചോർന്നു കിട്ടി.

ഇരക്കു വേണ്ടി വേട്ടക്കാർ തമ്മിൽ മത്സരമായിരുന്നു പിന്നെ രഹസ്യനീക്കങ്ങൾ ദ്രുതഗതിയിലായി. അൾത്താരയിൽ വിവാഹകർമങ്ങൾ അരങ്ങേറവെ സദസ്യർക്കിടയിൽ നവവരന്റെ കൊലയാളികളും ഹാജരുണ്ടായിരുന്നു.

*** ***

ഉച്ചതെറ്റി, കാഠിന്യം കുറഞ്ഞ് ചാരനിറത്തിലായ വെയിൽ പള്ളിമുറ്റമാകെ പടർന്നു കിടപ്പുണ്ട്. സെമിത്തേരിക്കു സമാനം വിജനമാണ് മുറ്റവും.. അവർ മൂന്നു പേർ മാത്രമേ അവിടെയുള്ളു. ചെറുകാറ്റുകൾ ചാരന്മാരെപ്പോലെ അവരെ വട്ടമിടുന്നുണ്ട്.

പരസ്പരം കണ്ടുമുട്ടിയ ശേഷം കുറച്ചു നേരത്തേക്ക് ആരും ഒന്നും മിണ്ടിയില്ല. സിസിലിയാണ് ആദ്യം മൗനം ഭഞ്ജിച്ചത്.

“എന്താണാലോചിച്ചു കൊണ്ടിരിക്കുന്നത്, മകളെപ്പറ്റിയാണോ?”

“അല്ലെന്നോ, ആണെന്നോ പറയാം..”

മറുപടി പറഞ്ഞ ചിത്രേശ്വരൻ പിന്നാലെ ആലോചനാമഗ്നനായി.

മൗനത്തിന്റെ വിഷയം മൗനം തന്നെയാണ്.

തന്റെ പ്രായം ചെറുതാക്കിയെടുക്കുകയായിരുന്നു അവൻ. വയൽക്കരയിലെ വീടിന്റെ വരാന്തയിലേക്ക്, ഉച്ച തെറ്റിയ സൂര്യന്റെ പാദവെട്ടത്തിലേക്ക്, പാതിനിഴൽ കവർന്ന മുഖം വിരഹതൃഷയാൽ തുടിക്കുന്ന സ്വന്തം പ്രതിഛായയിലേക്ക് അവനെത്തിച്ചേർന്നു. തന്നോടു തന്നെയുള്ള വിരഹം.

ഉച്ചക്കാറ്റുകളുടെ മനോഹര ദേശമായിരുന്നു, അവിടം. സവിശേഷ നൃത്തച്ചുവടുകളറിയുന്ന കാറ്റുകൾ. ഉച്ചമയക്കക്കാർക്ക് ഉന്മത്തമായ പിന്നണി ലഭിക്കും. ഉറങ്ങാതിരിക്കുന്നവരെ പുരാതന ചിലങ്കകൾ കേൾപ്പിക്കും. ചിത്രേശ്വരൻ, അവന്റെ ശരീരത്തെ ഉമ്മറത്തുപേക്ഷിച്ച് കാറ്റുകളൊത്ത് തെളിഞ്ഞ മാനത്തേക്കു പുറപ്പെടും. ഏതോ പ്രാചീന കഥാപാത്രമായി കണ്ണും പൂട്ടി നിൽക്കുന്ന സൂര്യന്നരികിലെത്തും. സ്വർണവർണ ഗുഹകൾ തുറക്കപ്പെടും. അഗ്നി അലഞ്ഞു തിരിയുന്ന ശാന്തതാഴ് വരകൾ താണ്ടും. കാഴ്ചകൾ കത്തിത്തീരുമ്പോൾ ഉമ്മറത്തെ കിടപ്പിലേക്ക് തിരിച്ചെത്തും; മൗനത്തിന്റെ ഊഞ്ഞാലാട്ടം.

ഇപ്പോൾ അതേയിടത്ത് കിടക്കുന്നത് ലിഖയാണ്.. കൈകൾ മടക്കി കീഴ്ത്താടി താങ്ങി കമിഴ്ന്നുള്ള സമാനമായ കിടപ്പ്; മൗനത്തിന്റെ തൊട്ടിലാട്ടം.

“മോളെ, നമുക്കു പോണ്ടെ”

അവൾ ചാടിയെഴുന്നേറ്റ് വേഷം മാറി.

“ആന്റിയെന്തിനാ എന്നെ കാണുന്നത് ?”

പുറപ്പെട്ടു വരുമ്പോൾ ലിഖ തിരക്കി.

“മോൾക്ക് ആന്റിയെ കാണണമെന്നില്ലെ?”

“ കൊതിയായി ”

“മോളെ കൂടെ കൂട്ടണമെന്ന് കഴിഞ്ഞ തവണയും പറഞ്ഞു”

കാണണമെന്നുള്ള ആകാംക്ഷക്ക് കാരണം കണ്ടെത്തുക പ്രയാസമാണ്. ഏതോ സഫലമാകാതെ പോയ മോഹങ്ങളുടെ ജന്മമുദ്രകൾ ഓരോ ആകാംക്ഷയിലുമുണ്ടാകാം.

സിസിലി ലിഖയിൽ നിന്നു കണ്ണെടുത്തപ്പോൾ ചിത്രേശ്വരൻ പറഞ്ഞു:

"ഇവളെ ആദ്യമായി കാണുകയല്ലേ; കണ്ട നിമിഷം സിസിലി ചിന്തിച്ചതെന്തായിരുന്നു?"

'എന്റെ മകളെ അവളുടെ ആത്മീയപിതാവിനൊപ്പം കണ്ടതുപോലെ' എന്ന മറുപടിക്കു തുനിഞ്ഞതാണ്. പക്ഷെ, ചുണ്ടു തടഞ്ഞു.

"ആദ്യമായി കാണുകയാണെന്നു തോന്നിയില്ല... അല്ലേ, മോളെ.. ഈ ആന്റിയെ ഇതിനു മുമ്പു കണ്ടിരുന്നോ? "

"ഉം..അച്ഛൻ വരച്ച ചിത്രമല്ലേ, ആന്റി "

ലിഖയുടെ ഉത്തരം സിസിലിയെ സ്തംഭിപ്പിച്ചു. അവളുടെ നോട്ടം ചിത്രേശ്വരന്റെ കണ്ണുകളിലേക്കു പാളി. മകൾ പറഞ്ഞ വിചിത്രമായ സാക്ഷ്യം സമ്മതിക്കുന്നതായിരുന്നു അവർക്കിടയിൽ അപ്പോഴത്തെ ഭാവദോലനം. നിലാവോ പകൽവെട്ടമോ അല്ലാത്ത ഒരു പ്രകാശധാര ആ മൂന്നു പേരെയും പൊതിഞ്ഞു. ഒറ്റനിറത്തിൽ കാണപ്പെട്ട മൂന്നു തരം പൂക്കൾ തുഷാരപടലത്തിനുള്ളിൽ അവയുടെ സുഗന്ധമടച്ചുപിടിച്ചു വ്യസനിക്കുന്നതു പോലെ.

"ലിഖയുടെ അമ്മ ..?"

ആ ചോദ്യം എന്തുദ്ദേശിച്ചാണെന്ന് സ്വയം തീർച്ചയില്ലാത്ത മട്ടിലാണ് സിസിലി ചോദിച്ചത്. അമ്മ എവിടെയെന്നോ, ആരെന്നോ, കൂടെ വരാത്തതെന്തെന്നോ ഒക്കെ ആവാം..

"അവരേയും ഒന്നിച്ചു കൂട്ടാമായിരുന്നു."

അതിനു മറുപടി ലിഖയാണു പറഞ്ഞത്.

"അമ്മ ഞങ്ങൾക്കൊപ്പമല്ല "

"പിന്നെ ?"

ചിത്രേശ്വരനിടപെട്ടു പറഞ്ഞു:

"അകന്നു കഴിയുന്നു. ഞങ്ങളുടെ വിരഹത്തിന് മകളേക്കാൾ വയസ്സായി".

മൗനത്തിന്റെ നേരിയമുഴക്കമാണ് ആ വാക്കുകൾക്കുണ്ടായിരുന്നതെങ്കിലും, അവ സിസിലിയുടെ ഉള്ളിൽ ഇടിമുഴക്കമായി മാറ്റൊലിച്ചു. മുഖം മൂകതയുടെ ഭൂപടമായി. അവൾ കണ്ണടച്ചുപിടിച്ചു. വേദനയുടെ സിരകൾ ഹൃദയമർമങ്ങളിൽ ഒരേ ശക്തിയിൽ കൊളുത്തിവലി

ക്കുന്നത് അല്പനേരത്തേക്ക് രണ്ടുപേരുമറിഞ്ഞു.

സിസിലി ലിഖയെ തന്നോടടുപ്പിച്ചു.

വാരിയെടുത്തു പുണരണമെന്നു തോന്നിയെങ്കിലും അവളെ ഏന്തുന്നതും മുത്തമിടുന്നതുമൊന്നും അവൾക്കിഷ്ടമല്ലെന്ന് മുമ്പൊരിക്കൽ ചിത്രേശ്വരൻ പറഞ്ഞത് ഓർമയിലെത്തി. അച്ഛന്റെ മുത്തം പോലും അവൾ മറ്റാരുമറിയാതെ കൈ കൊണ്ടു തുടക്കുന്നത് ഒരിക്കൽ അയാളുടെ ശ്രദ്ധയിൽ പെട്ടിരുന്നു. ശേഷം ചിത്രേശ്വരനും അതിനു തുനിയാറില്ല .

പള്ളിമുറ്റത്തെ തണലിൽ അവരുടെ സംസാരം നീളുമ്പോൾ, ലിഖ അടുത്തുള്ള സെമിത്തേരിയിലേക്ക് തിരിഞ്ഞു.

"ഇവളുടെ അമ്മയും ഇവളെപ്പോലെ സുന്ദരിയായിരിക്കും, ല്ലെ?"

അതിനും മറുപടി ലിഖയാണു പറഞ്ഞത് ..

"അമ്മ ആന്റിയെപ്പോലെയായിരിക്കും"

ആയിരിക്കുമെന്നാണു പറഞ്ഞത്. സ്വന്തം അമ്മയുടെ മുഖം അവൾക്കുമറിയില്ല. പ്രസവിച്ചു മൂന്നു മാസം വരെ പാലൂട്ടിയിരുന്നു. പിന്നീടിതുവരെ ഇടപഴകിയില്ല.

ആ മറുപടി സിസിലിയുടെ കണ്ണുകളെ വീണ്ടും ചിത്രേശ്വരനിലെത്തിച്ചു. ഇത്തവണ അവനാണ് ഇമകൾ ചിമ്മിയത്.

അവർക്കിടയിലൂടെ ഒരു വെളുത്തശലഭം പറന്നു പോയി.

ലിഖ ഒറ്റക്ക് സെമിത്തേരിക്കു നേരെ നടന്നു. ചിത്രേശ്വരനും സിസിലിയും അതേനില്പിൽ അവളെ നോക്കി നിന്നു. ഇരുവരും പിന്നീടൊന്നും സംസാരിച്ചില്ല. സായാഹ്നത്തിന്റെ അരണ്ട ചെരിവിൽ നിന്ന് ലിഖ തിരിച്ചെത്തുംവരെ അവർക്കിടയിൽ ശൂന്യത വാണു. നീണ്ടുപോയ ആ നിശബ്ദത ഭഞ്ജിച്ചത് ലിഖ തന്നെ

"നാൽപതെണ്ണമുണ്ട് "

"നാൽപതോ, എന്ത് ? " സിസിലി ജിജ്ഞാസ കാട്ടി.

ചിത്രേശ്വരൻ ഊഹം പറഞ്ഞു: "കുഴിമാടത്തിന്റെ എണ്ണമായിരിക്കും"

"മരിച്ചവരാരും മിണ്ടിയില്ല. ഏതോ തിരക്കിലാവും" പരിഭവസ്വരമായിരുന്നു മറുപടി.

മൗനത്തിന്റെ നേരിയ അലകൾ വീണ്ടും പരന്നു.

അവിടം മരിച്ചവരുടെ അവിശ്രമകേന്ദ്രമാണെന്ന് ആരും പറഞ്ഞു കൊടുക്കാതെ തന്നെ ആ കുരുന്നു മനസ്സ് കണക്കുകൂട്ടുന്നു. അതറിവില്ലായിരുവെങ്കിൽ അവൾ സെമിത്തേരിയെപ്പറ്റി കൂടുതൽ ജിജ്ഞാസുവായേനെ.

ജനനംതൊട്ട് മരണബോധം മനുഷ്യരെ ബാധിക്കുന്നുണ്ടാവണം. ആ ജ്ഞാനത്തിന്റെ വേദനകളാണ് ഓരോ വാവിട്ടു കരച്ചിലിലും കുഞ്ഞുങ്ങൾ പ്രകടിപ്പിക്കുന്നുണ്ടാവുക.

കൂടിക്കാഴ്ച അവസാനിപ്പിച്ചു മടങ്ങാൻ നേരം ലിഖ സിസിലിയുടെ കാതിലെന്തോ മന്ത്രിച്ചു. അതോടെ രണ്ടു പേരുടേയും ആഹ്ലാദം കരകവിയുന്നതായി ചിത്രേശ്വരൻ ശ്രദ്ധിച്ചു. തൊട്ടുപിന്നാലെ, ലിഖയെ സിസിലി പുണരുന്നതും എടുത്തുയർത്തുന്നതും കാണാം. അവരുടെ കോമളമുഖങ്ങൾ പരസ്പരം ആകർഷണവലയത്തിലായി. അവരുടെ ചുണ്ടുകൾ തമ്മിൽ തൊട്ടു. കിരണങ്ങൾ പിറക്കുന്ന പുതിയൊരു ചിത്രത്തെപ്പോലെ ആ രംഗം ചിത്രേശ്വരൻ കണ്ടുനിന്നു, അതിശയപൂർവം.

*** ***

പിറ്റേന്ന് മകളുമൊത്ത് കോടതി മുറിയിലേക്കു കടന്നപ്പോൾ അവിടെ കാലുകുത്താനിടമില്ലാത്ത വിധം ആളുകൾ നിറഞ്ഞിരുന്നു.

കോടതി കുറ്റത്തിന്റേയും ശിക്ഷകളുടേയും വാണിജ്യത്താവളം. കുറ്റവാളികളുടെ വിഹാരകേന്ദ്രത്തിൽ ഇത്രയും ജനബാഹുല്യമുണ്ടാകുന്നത് സ്വാഭാവികം തന്നെ. ഏവർക്കും അവരുടെ മുഖംമാത്രം കൊള്ളിക്കാനുള്ള ഇടമേ ഇവിടെയുള്ളു.

ന്യായാധിപനായി ഒരാൾ മാത്രം; ബാക്കിയെല്ലാവരും കുറ്റങ്ങളുടെ സാമ്രാജ്യത്തിലെ വെറും പ്രജകൾ: അമ്മട്ടിലാണ് ഹാജരായ ഏവരുടേയും നില്പ്.

കറുത്ത വേഷത്തിലും നിഷ്കളങ്കമായ ഒരു മുഖമാണ് ന്യായാധിപവേദിയിൽ വിളങ്ങുന്നത്. തന്റെ മകളുടെ മുഖത്തും അതേ പ്രഭ നിഴലിക്കുന്നതായി ചിത്രേശ്വരൻ കണ്ടു. മറ്റുള്ളവരെല്ലാം മുഖം പിടികൊടുക്കാതെ ഇരുണ്ട ചേരിയിലേക്ക് പതുങ്ങുന്നതായി തോന്നി. ലിഖിതയും അക്കൂട്ടത്തിലുണ്ടാവും..

"അമ്മ എത്തിയിട്ടുണ്ടാവില്ലെ?"

മകളുടെ ചോദ്യത്തിന് മറുപടി കൊടുത്തില്ലെങ്കിലും അവൾ തുടർന്നു :

"വരാതിരുന്നെങ്കിൽ "

ലിഖിതയെ കണ്ടെത്താനുള്ള ആകാംക്ഷ തനിക്ക് ഒട്ടുമുണ്ടായിരുന്നില്ല.. എത്ര ആൾക്കൂട്ടത്തിനു നടുവിലും തെരയാതെ കണ്ണിൽപ്പെടുമായിരുന്ന കണ്ണുകളായിരുന്നുവല്ലോ ഒരുകാലത്ത് അവളുടേത്.

ദശകങ്ങൾ പിറകോട്ടു മറിഞ്ഞ് ഒരു സമ്മേളനഹാൾ മുന്നിലെത്തി.

അനേകം പേർ ഹാളിനകത്തുണ്ട്. വേദിയിലേക്ക് ക്ഷണിക്കപ്പെട്ട ഒരാളായാണ് ചിത്രേശ്വരൻ അവിടെയെത്തിയത്. സംഘടനയുടെ ജൂബിലിയാഘോഷത്തിൽ പൂർവസംഘാടകനെന്ന നിലയിലായിരുന്നു ക്ഷണം. ആയിരം മുഖങ്ങൾ വിടർന്നു നിൽക്കുന്ന സദസ്സിലേക്കു നോക്കിയപ്പോൾ ഒരു മുഖംമാത്രം പ്രഭയാർന്നു കണ്ടു. ലിഖിതയെ അവിടെ പ്രതീക്ഷിച്ചിരുന്നില്ല. ഏതാനും വാക്കുകൾ സദസ്സിനു കൈമാറുന്നതിനിടയിൽ പിന്നറ്റത്ത് ഒരരികിൽ ത്രസിക്കുന്ന, പ്രാണപ്രേഷ്ഠയായ ആ മുഖത്തിന്റെ ദിശയിലേക്കു നോക്കാതിരിക്കാൻ ശ്രമിച്ചു. പ്രസംഗം കഴിഞ്ഞ് വേദിയിൽ നിന്ന് വേഗം പുറത്തിറങ്ങി. കാണാതിരിക്കാനാവാത്ത ഒരേയൊരു മുഖം കണ്ണിൽപ്പെടാതിരിക്കാനുള്ള വെമ്പൽ! ആരോടും യാത്ര പറഞ്ഞില്ല. നഗരത്തിന്റെ തിരക്കുകൾ മുറിച്ചു കടന്ന് അതിവേഗം സാഗരത്തിന്റെ അരികുകളിൽ അന്ന് നടന്നെത്തി. ആത്മാവിന്റെ അജ്ഞാതവാസം കടൽഗുഹകൾക്കു സമർപ്പിക്കാൻ.

"അതാ, ആരോ വിളിക്കുന്നു "

ലിഖ കൈ ചൂണ്ടി.

"മോളുടെ അമ്മയാണത് "

മറുപടി കേട്ടയുടനെ ചിത്രേശ്വരന്റെ വിരലുകൾക്കിടയിൽ നിന്നും മകൾ ഉതിർന്നു. ഓടുകയായിരുന്നു അമ്മയ്ക്കരികിലെത്താൻ.

അധികം വൈകാതെ ചിത്രേശ്വരന്റെ പേരും വിളിക്കപ്പെട്ടു. കോടതിയുടെ ചിട്ടവട്ടങ്ങളോടു ചേർന്നു നിന്നു. വിസ്തരിക്കാൻ ഏറെയൊന്നുമുണ്ടായിരുന്നില്ല. കലഹങ്ങൾ മാറി നിന്ന ഒരു കേസ്സായിരുന്നു ഞങ്ങളുടേത്. വർഷങ്ങൾക്കു മുമ്പേ വേർപിരിഞ്ഞവർ. ഒരേ ചുമരുകൾക്കുള്ളിൽ ഒന്നും പറയാനില്ലാത്തവർ. നിശ്വാസം പോലും പരസ്പരം കേൾപ്പിക്കാതെ പൊറുത്തവർ. വക്കാലത്തുകാരുടെ പതിവു വ്യവഹാരഭാഷയിൽ ചില്ലറ ഗാർഹിക പീഡനക്കുറ്റങ്ങൾ എഴുതിച്ചേർത്തിരുന്നുവെങ്കിലും വാദിക്കും വാദിഭാഗം വക്കീലിനും പ്രതിക്കും പ്രതിഭാഗം വക്കീലിനും സർവോപരി ന്യായാധിപനും അറിയാവുന്നതുപോലെ, കുറ്റങ്ങളൊന്നും ചെയ്യപ്പെടുകയുണ്ടായില്ലെന്ന വിശ്വാസാനുസൃതം വിധിയുണ്ടായി.

-ഭാര്യയും ഭർത്താവും രണ്ടു വഴിക്കു പോകാനുള്ള അന്തിമ തീർപ്പ്-

പക്ഷെ, മകളെങ്ങോട്ടു പോകും.

അതിനുത്തരം പറയാനുള്ള പ്രായം മകൾക്കായിട്ടില്ലെന്നതിനാൽ നീതിസിംഹാസനത്തോട് ജീവിതത്തിലാദ്യത്തെ പ്രാർഥന ചിത്രേശ്വരൻ

നടത്തി:

"മകളെ എനിക്കു വിട്ടുതരണം"

നീതിവ്യവസ്ഥയോടു പ്രാർഥിക്കുന്ന ശീലമില്ലാതിരുന്നതിനാൽ, ആ അഭ്യർഥനയുടെ അഭിനിവേശം അതേപടി കോടതിക്കു പകർന്നു നൽകാൻ അവനു കഴിഞ്ഞില്ല. ഭാവിജീവിതത്തിന്റെ കൊടുംശൂന്യതയും ആത്മാവിന്റെ വർണരഹിതമായ ആയുസ്സും മൗനാവലിയിൽ കുടുങ്ങിക്കിടന്നു. തന്റെ അപേക്ഷ അതിലപ്പുറം വിശദീകരിച്ചില്ലെങ്കിലും ശക്തമായ എതിർവാദങ്ങൾ കടന്നു വരാതിരുന്നില്ല. അതു നിമിത്തം, ചിത്രേശ്വരനേയും മകളേയും ബന്ധിപ്പിച്ച മനസ്സാക്ഷിയുടെ കണ്ണി നീതിദേവതക്കു ദർശിക്കാനായതുമില്ല. ബയോളജിക്കൽ മെത്തേഡിൽ അല്പനേരം ചിന്തിച്ച ന്യായാധിപൻ ഡിക്രിയിൽ കൂട്ടിച്ചേർത്തു:

'പെൺകുട്ടി അമ്മയോടൊപ്പം'

അമ്മയും അച്ഛനും താനൊരാൾ മാത്രമായിരുന്നെന്ന ഗാഢസത്യം കോടതിയെ ബോധ്യപ്പെടുത്താൻ പാകത്തിൽ ജീവശാസ്ത്രാതീതമായ ഒരു ഭാഷ, ചിത്രേശ്വരനെ സംബന്ധിച്ച് പ്രാബല്യത്തിലില്ലാതെ പോയി.

അച്ഛന് മകളെ സന്ദർശിക്കാമെന്ന വ്യവസ്ഥ വിധിപ്രസ്താവത്തിലുണ്ട്.. അവ വെറും പാഴ് വാക്കുകളായി കിടന്നു. ചിത്രേശ്വരൻ പിന്നീടാ വഴിക്കു പോയതേയില്ല..

ഓരോ രാവും സ്വകാര്യമായി കരഞ്ഞുറങ്ങി വർഷങ്ങളോളം ...

ഈ വിധി പ്രതീക്ഷിച്ചു തന്നെയാണ് ലിഖയുടെ ചിത്രം വരച്ചത്. മകൾക്കു പകരം 'മകളെ' കണ്ടു കൊണ്ടിരിക്കാനുള്ള പോംവഴി. എന്തുകൊണ്ടോ, വരയിലും മായ പ്രവർത്തിച്ചു. ചിത്രത്തിൽ പ്രത്യക്ഷപ്പെട്ടതാകട്ടെ, അലിഖയും.

വരച്ചു തീർത്ത ചില ചിത്രങ്ങൾ തന്നെ മാരകമായി സ്വാധീനിക്കുന്നതായി ചിത്രേശ്വരൻ തിരിച്ചറിഞ്ഞു. അവ കാണാതിരിക്കാൻ പാകത്തിൽ പുറംതിരിച്ചുവച്ചു പരീക്ഷിച്ചിട്ടും മോചനമില്ല. തന്റെ സിരകളിലെ വരൾച്ച വർധിതമായി. ജീവൻ തുടിക്കുന്ന ചിത്രങ്ങൾക്കിടയിൽ ഒരു നിർജീവ രൂപമായി, ആരൊക്കെയോ ചേർന്ന് ശൂന്യതയിൽ തന്നെ വരച്ചു വയ്ക്കുന്നതിന്റെ മരവിപ്പ് അവനെ വല്ലാതെ ബാധിച്ചു. അതിൽ നിന്നുള്ള പരിഹാരം തേടി ചില സൃഷ്ടികൾ 'ചിത്രക'ത്തു നിന്നേ മാറ്റി – ചിത്രമലയിലുള്ള ആർട് ഗാലറിയിലേക്ക്.

കൊച്ചു കുട്ടികളടക്കം അനേകം ചിത്രകാരന്മാരുടെ കൂട്ടുവേലയാണ് 'നൂറുനൂറു പൂക്കൾ' എന്നു പേരിടപ്പെട്ട ആർട് ഗാലറി. ചിത്രമലയു

ടെ ചെരിവിലാണ് ഗാലറി. മലയുടെ അടിവയറിനു കീഴെ അല്പം കാടൊഴിഞ്ഞു കിടപ്പുണ്ട്. പൂർവ വിപ്ലവപ്രവർത്തകരുടെ ഒരു കൂട്ടായ്മയാണ് അവിടെ ഗാലറി പണിതത്.

ചിത്രങ്ങളുടെ ഒരു ഒളിസങ്കേതമാണത്. വർണങ്ങളുടെ വിമോചന രഹസ്യങ്ങൾ കൈമാറുന്ന കലയുടെ പരീക്ഷണശാല.. വരയുടെ വാണിജ്യമില്ല. എല്ലാ രചനകൾക്കും ഒരേ മൂല്യമാണ്. വില കല്പിക്കാനാവാത്ത വില. ആർക്കും ഇവിടെ വന്ന് പ്രകൃതിയുടെ താളലയങ്ങളനുഭവിച്ചുകൊണ്ടു വരയ്ക്കാം. വരച്ചു തീർന്നാൽ സൃഷ്ടിയുടെ അവകാശി സൃഷ്ടി തന്നെയാണ്. അതിലെ ഒബ്ജക്ടുകളാണ്. വരച്ചവർക്ക് ഉടമാവകാശമില്ല. ചിത്രം സ്വതന്ത്രമാണ്. അതു സമ്മാനിക്കുന്ന അനുഭൂതി ആരുടേയും അവകാശമാണ്. ഒരു നദിയെ നിങ്ങൾക്ക് ആസ്വദിക്കാം. അതിനെ സ്വന്തമാക്കാനാവില്ല. വിദൂരതയിൽ കാണുന്ന വനനിരകളും മലമേടുകളും പ്രദാനം ചെയ്യുന്ന സുന്ദരമായ കാഴ്ചകൾ ആർക്കുമുള്ളതാണ്. ആ സൗന്ദര്യം ചിലർക്കു മാത്രമായി അധീനപ്പെട്ടതല്ല. ഈ ഗാലറിയിലെ ചിത്രങ്ങളും അതുപോലെ, ആരുടേയും സ്വകാര്യ വസ്തുവല്ല. ഏവർക്കും ഒരുപോലെ അവകാശപ്പെട്ടതാണ് ചിത്രങ്ങളിലെ സൂക്ഷ്മദേശങ്ങൾ. കാൻവാസിലെ പ്രകൃതി പൊഴിക്കുന്ന സമാന്തരസംഗീതങ്ങൾക്ക് കാതോർക്കുമ്പോൾ ആളുകളുടെ ആത്മവൃക്ഷങ്ങൾ പൂത്തുലയും. ഋതുക്കളുടെ ചക്രവാളങ്ങൾ അവരവരിൽ വികസിക്കും. ഓരോ മനസ്സും അനന്തവർണങ്ങളുള്ള ആരണ്യകമായി അടയാളപ്പെടും. അന്യാദൃശമായ ചിത്രഗാലറിയായി കാഴ്ചക്കാരോരുത്തരും മാറിത്തീരും. അപ്പോൾ മാത്രമേ വിപ്ലവത്തിന്റെ സമഗ്രത പൂർത്തിയാകൂ.

ഗാലറി ഇന്നു വിജനമാണ്. ചിത്രേശ്വരൻ പടിഞ്ഞാറെ ചുമരിൽ തൂങ്ങുന്ന അലിഖയുടെ ചിത്രത്തിനു കീഴെ ചിന്താവിഷ്കാരത്താൽ ചാഞ്ഞിരിക്കുകയാണ്.. വീതിയേറിയ പ്രവേശന കവാടം തുറന്നു കിടക്കുന്നു. പുറത്ത് ഇളംവെയിലും പൂർവാഹ്നക്കാറ്റുകളും ഇടകലരുന്നു.

ചിത്രേശ്വരന് വിശാലമായ പുറംലോകം കാണാം. ബാഹ്യപ്രകൃതിയുടെ തലതിരിഞ്ഞ കാഴ്ചകൾ തന്റെ മുന്നിലെ തറയിൽ പ്രതിഫലിക്കുന്നതും കാണാം. തെളിഞ്ഞ പ്രതിബിംബം. ഛായയേക്കാൾ പ്രതിഛായയ്ക്കാണ് കൂടുതൽ ദൃശ്യവ്യക്തത. മാർബിൾ തറയായതിനാൽ പ്രതിഛായയുടെ നിറത്തിന് കടുപ്പമുണ്ട്. ഒരു പക്ഷി ഇരട്ടപ്പക്ഷികളായി പറക്കുന്നത് പ്രതിഛായയിൽ കണ്ടു. ഒരു ശലഭം മാർബിൾപരപ്പിൽ

മുത്തമിടവെ, ഒറ്റയ്ക്ക് അതൊരു പ്രണയജോഡിയായി.. നാഗമരത്തിൽ ഒരു പൂവു വിടർന്നിട്ടുണ്ട്. അതിന്റെ പ്രതിഛായക്കും അതേ നിറം. അതേ സുഗന്ധവും സിദ്ധിച്ചതായി ചിത്രേശ്വരൻ ഗണിച്ചു!

ആ പൂവ് ലിഖ; അതിന്റെ നിഴൽ അലിഖ.

അലിഖയെ പറിച്ചെടുക്കണമെന്നു മോഹമുണ്ടായി. എഴുന്നേറ്റു പുറത്തേക്കു നടന്ന് മരച്ചുവട്ടിലെത്തി, പൂവു കരസ്ഥമാക്കി തിരിച്ചുവന്ന് അതേ സ്ഥാനത്തിരുന്നു.

രണ്ടു പൂക്കളും നേരത്തെ കണ്ട സ്ഥാനങ്ങളിലില്ല. ഒന്ന് തന്റെ കൈവെള്ളയിലെത്തി. മറ്റേതോ.. ഏതോ അജ്ഞാത കരങ്ങളിൽ.. സ്വർഗത്തിലോ നരകത്തിലോ.. എവിടെയോ ഒരിടത്തു നിന്ന് മന്ദഹസിക്കുന്നുണ്ടാവുമോ .. കാറ്റിനറിയുമായിരിക്കും. ഭൂമിയുടെ വേരിലെവിടെയോ വസിക്കുന്ന വസന്തകാലത്തിന് അറിയുമായിരിക്കും.. അവയൊന്നും രഹസ്യം കാട്ടിത്തരാറില്ല.

സിസിലിയെ ഗാലറിയിലേക്ക് ഒരുനാൾ വരാൻ ചിത്രേശ്വരൻ ക്ഷണിച്ചിരുന്നു. അവൾ വന്ന നേരത്ത് അവൻ മറ്റൊരു ചിത്രത്തിനു മുന്നിൽ ധ്യാനത്തിലെന്നപോലെയായിരുന്നു. അവന്റെ നോട്ടം പതിഞ്ഞു കിടക്കുന്ന ആ ചിത്രം അവളും കണ്ടു. താൻ ആൾക്കണ്ണാടിക്കു മുന്നിലെത്തിപ്പെട്ടുവോയെന്ന് ഒരുനിമിഷം സിസിലി സംശയിച്ചു!

ചുരിദാറിന്റെ നിറം മറ്റൊന്നായതു കാരണം അതൊരു വരയാണെന്ന ബോധം കൈവന്നു. ധൂമ്രനിറത്തിലുള്ളതാണ് ടോപ്പ്. ചിത്രേശ്വരനിഷ്ടപ്പെട്ട നിറം. കോളേജിലെ അന്നത്തെ വേർപിരിയലോടെ ആ ചുരിദാർ ഉപേക്ഷിച്ചതാണ് സിസിലി.

ചിത്രത്തിന്റെ ചുവടെ കുറിച്ച തീയതിയിലേക്ക് അവൾ സൂക്ഷിച്ചു നോക്കി.

"ആ ദിവസങ്ങളിൽ വരച്ചതാണ് " ചിത്രേശ്വരൻ പറഞ്ഞു.

"എത് ദിവസങ്ങൾ?"

സിസിലിയുടെ സംശയം നീണ്ടു.

"പനി ബാധിച്ച് കോളേജിൽ വരാൻ പറ്റാതായ മൂന്നു ദിവസങ്ങൾ"

"അന്നു വരാതിരുന്നത് പനി ബാധിച്ചായിരുന്നോ? "

നിസ്സാരമായൊരു വിഷയമാണതെങ്കിലും, അതു സംബന്ധിച്ച് ഈ നിമിഷം വരെ കെടാതെ കൊണ്ടു നടന്ന ആകാംക്ഷ സിസിലി പുറത്തുവിട്ടു.

ആ ചിത്രത്തിന് അവളുടെ മുന്നിൽ ലാഘവത്തോടെ അനാവൃതമാകാനാവില്ല. 'ദൈവം' മുറിച്ചാലും കൂടിച്ചേരുന്ന പ്രണയത്തിന്റെ സി

രാകാന്തം ചിത്രത്തിൽ മറഞ്ഞു കിടക്കുന്നുണ്ട്. അതിലെ ഓരോ നിറവും ഹൃദയരക്തവുമായുള്ള കോമ്പിനേഷനിൽ നിറഭേദം സംഭവിച്ചുണ്ടായതാണ്.

അവളെ കാണാതെ അവനു നിലനിൽക്കാനാവില്ലെന്ന അഭിനിവേശത്തിന്റെ പൂർവപ്രവാഹം ചിത്രത്തിൽ പുതുനിറങ്ങൾ കോരി നിറക്കുന്നുണ്ടെന്ന് അവൾക്കു തോന്നി. പാതാളത്തിലെവിടെയോ വേദനയുടെ ഒരു വേരു കിളിർത്തു. ചിത്രത്തിനരികിലേക്കു കുറച്ചു കൂടി അടുത്തു. രൂപക്കൂട്ടിനുള്ളിലെ മറിയം തന്നെ മാറോടു ചേർത്തതായി സിസിലി അറിഞ്ഞു. ദിവ്യഹൃദയത്തിന്റെ മിടിപ്പുകൾ കേട്ടു . സ്നേഹത്തിന്റെ പ്രാചീന കലവറയിൽ ഭാഷയേതെന്നു നിശ്ചയമില്ലാത്ത ഏതോ ഗീതത്തിന്റെ മാറ്റൊലി..

ഏറെ നേരം പുറത്തേക്കു നോക്കി നിൽക്കുകയായിരുന്ന ചിത്രേശ്വരൻ, തിരിഞ്ഞപ്പോൾ കണ്ടത്, സിസിലി ചിത്രരൂപത്തിന്റെ മാറിൽ നെറ്റിയമർത്തി കരയുന്നതാണ്..

ദിനസഞ്ചാരം ഇന്ന് അമിതവേഗത്തിലായിരുന്നു. ആകാശത്ത് സന്ധ്യ പൂവിട്ടു. രണ്ടുപേരും ഗാലറിക്കു പുറത്തേക്കിറങ്ങി. തിരുമലയുടെ പച്ചച്ചെരിവുകൾ കടുംശാന്തി ചൂടിക്കഴിഞ്ഞു. ദൂരെ അസ്തമയ ച്ചെരിവിലും മേഘവിതാനങ്ങളിലും മാത്രമേ വെളിച്ചത്തിന്റെ അരുണിമ ബാക്കിയുള്ളു. മറ്റുദിക്കുകളുടെ മീതെ കറുപ്പ് ബാധിച്ചുതുടങ്ങി . നക്ഷത്രങ്ങൾ ചിലതു തെളിഞ്ഞു. സപ്തർഷിമണ്ഡലം പൂർണമായും കാണാം.

"ദാ, മരീചി"

സിസിലി വിരൽ ചൂണ്ടി. ചിത്രേശ്വരൻ മാനത്തേക്കു തലയുയർത്താതെ ആ ചൂണ്ടുവിരലിൽ മാത്രം കണ്ണുറപ്പിച്ചു. അകലങ്ങളിലിരുന്ന് ചിത്രേശ്വരന്റേയും സിസിലിയുടേയും കണ്ണുകൾ കൂട്ടിമുട്ടാറുള്ള ഒരു വിദൂരമർമ്മമാണ് ആ നക്ഷത്രം.. മരീചിയെ സൗകര്യപൂർവം കാണാത്ത സീസണിൽ മാനത്തെ മറ്റേതെങ്കിലും ദൃശ്യസങ്കേതത്തെ അവർ ആശ്രയിക്കും. അതിനു വേണ്ടി മാത്രം രണ്ടു പേരും ആസ്ട്രോണമി വിപുലമായി വായിച്ചു. ശുക്രനും ചൊവ്വയും ഒരേ ചക്രവാളത്തിൽ അടുത്തടുത്തു വരുമെന്നറിഞ്ഞ ഒരു സന്ധ്യയിൽ രണ്ടിടങ്ങളിൽ നിന്ന് അവർ ശുക്രനിൽ കണ്ണു നട്ടു. ചില സവിശേഷ ദിനങ്ങളിൽ, മുൻകൂട്ടി കണ്ടുവച്ച മറ്റേതെങ്കിലും ഖഗോളബിന്ദുവിലാവും അവർ ദൃഷ്ടികൾ സംഗമിപ്പിക്കുക. പൗർണമി ദിനരാവുകളിൽ നിശ്ചിത സമയത്ത് അവർ ആകാശത്തിനു ചുവട്ടിലെത്തും. അകലങ്ങളിലിരുന്ന്

ഒരേ സമയം പൂർണചന്ദ്രബിംബത്തെ നോക്കിയിരിക്കും. സന്ദേശങ്ങൾ കൈമാറും...

നിലാവിനേക്കാളും നൈസർഗികമായ ശാന്തി ഇന്ന് ആകാശം സമ്മാനിക്കുന്നതായി ചിത്രേശ്വരനു തോന്നി. മാനത്തേക്കു ദിശ പിടിച്ച സിസിലിയുടെ കണ്ണുകൾ പൂന്തോട്ടത്തിൽ നിന്നുള്ള നീല പ്രസരമേറ്റ് തിളങ്ങി. തനിയ്ക്കായി ഉദിച്ച ദ്വയതാരങ്ങളാണവയെന്ന് ചിത്രേശ്വരൻ ചിന്തിച്ചു. അവന്റെ നോട്ടം ആ കണ്ണുകളിൽ മാത്രം ഉറച്ചു. വളരെ അകലെയുള്ള നീലിച്ച നക്ഷത്രങ്ങളാണവയെന്ന് ദൃഷ്ടിയുറപ്പിക്കുന്തോറും തോന്നുകയുമുണ്ടായി.

കൺപീലികളിൽ നനവൂറുന്നതായി കണ്ടു. മഴമാഞ്ഞു മറയുംനേരം കാർമേഘങ്ങൾക്കിടയിൽ തെളിയാറുള്ള കണ്ണി മുറിഞ്ഞ രണ്ടു മഴവിൽ ഖണ്ഡങ്ങളായി, ഈർപ്പം കുടുങ്ങിയ ആ കൺപീലികൾ മാറി.

"ഈ കണ്ണുകൾ നനഞ്ഞതെന്തേ"

ആത്മഗതം അല്പം ഉറക്കെയായിപ്പോയി. എന്നിട്ടും അവളതു കേട്ടില്ല.

"നീ കരയുകയാണോ?" പ്രതികരണമുണ്ടായില്ല.

അവന്റെ വലതുകരം സിസിലിയുടെ മുഖത്തേക്കു നീണ്ടു. അങ്ങേയറ്റം ഏകാഗ്രതയോടെ അവളുടെ കണ്ണിനു ചാരെ ചൂണ്ടുവിരൽ സ്പർശിച്ചു, വളരെ പതിയെ. അടഞ്ഞ കൺപീലികൾക്കു മീതെ, സാവധാനം നീങ്ങി. ഓരോ പീലിത്തുമ്പും എണ്ണിയെടുക്കുംമട്ടിൽ രണ്ടുചാപങ്ങൾ പൂർത്തീകരിച്ചു. രണ്ടു കണ്ണുകളും ഒരു മാത്ര തുറന്നടഞ്ഞു: ഏതാനും അശ്രുകണങ്ങളിറ്റു വീണു.

വടക്കുപടിഞ്ഞാറേ ദിക്കിൽ ചക്രവാളം തൊട്ടു കിടക്കുന്ന ഒറ്റപ്പെട്ട ഒരു നക്ഷത്രത്തിലേക്ക് അവന്റെ നോട്ടം വഴിമാറി. ഒരു കാറ്റ് കിഴക്കോട്ട് കടന്നു പോയത് അവൻ തനിച്ചു കണ്ടു. അവൾ കണ്ണടച്ചു തന്നെ നിന്നു. അവളുടെയുള്ളിൽ ഉറവിടംതൊട്ട് പതനം വരെ ഒരു പുഴ പൂർത്തിയായതിനു ശേഷമാകണം കണ്ണു തുറന്നത്.

"തിരിച്ചു പോകാം"

അവൻ വെറുതെ ചോദിച്ചതാണ്.

അവളും വെറുംമട്ടിൽ സമ്മതം മൂളി.

ചിത്രേശ്വരൻ സിസിലിക്കരികിലേക്കു നീങ്ങി, ചുമലുകളിൽ കൈകൾ ചേർത്ത് കണ്ണുകളെ കൂടുതലടുപ്പിച്ചപ്പോൾ, അവൾ പതുക്കെ ശബ്ദിച്ചു:

"ഇത്തിരി നേരം കൂടി ഇവിടെ നിൽക്കാം '

അവൾ തുടർന്നു..

“ഇതേ മട്ടിൽ, ഈ രാവ് അസ്തമിക്കും വരെ, അന്ധകാരത്തിന്റെ ഊരാക്കുടുക്കുകൾ അഴിയും വരെ..”

ചുറ്റുപാടുകളെ ശൂന്യമാക്കി, വെറും ശരീരങ്ങളിൽ, പ്രകൃതിയെ ഒരു മാപ്പുസാക്ഷിയാക്കി, ജന്മം മുഴുവൻ, എവിടെയാണെന്നോ, എന്തിനാണെന്നോ ഓർക്കാതെ അവനും നിൽക്കണമെന്നുണ്ട്. ഘടികാരം തിരിച്ചു കറങ്ങട്ടെ, വീണ്ടും ഒന്നിലേക്ക് .

പുതിയൊരു സമയത്തിന്റെ സ്പന്ദനം ആ നിശബ്ദതയോടു ചേർന്നു.

ശാന്തമായൊഴുകുന്ന ഏതോ നദിക്ക് അവൻ പേരിട്ടു: സിസിലി.

ഓടിത്തളരാത്ത ഒരു കാറ്റിന് അവളും പേരിട്ടു: ചിത്രേശ്വരൻ.

വിവാഹത്തലേന്ന് വായിച്ച ഡയറി

ചിത്രേശ്വരനിൽ നിന്ന് ആത്മപ്രകാശം അപ്പോഴും അകന്നു നിന്നു. എത്ര കിണഞ്ഞു ശ്രമിച്ചാലും ശാന്തി കൊളുത്താനാവാത്ത ഒരു വിളക്കായി അവൻ മാറി. തിരിനാമ്പ് തൊടുംനേരം ദീപനാളം കെട്ടു പോകുന്നു. ഈയൊരു വിളക്കിന്റെ തീരാശാപമാണ് നിഷ്പ്രഭത്വം.

തലപ്പാകെ തുഷാരത്തിന്റെ ആവരണം മൂടിയിട്ടും തായ്വേരു വെന്തു നിൽക്കുകയാണ് ഈ വൃക്ഷം. ലിഖ വിട്ടുപോയ നിമിഷം തൊട്ട് നെഞ്ചൊരു നെരിപ്പോടായി.

മകളെ ലക്ഷ്യം തെറ്റി തൊടുത്തുവോയെന്ന ഒരു വ്യാധി അവനെ പിടികൂടാതില്ല. ഇനിയവളെ കാണാൻ കാലപ്രവാഹത്തിന്റെ ഏതു തുറമുഖത്ത് താൻ നങ്കൂരമിടണമെന്നും അറിയില്ല?

ശൂന്യതയെ മോടിപിടിപ്പിക്കലായിരുന്നു തുടർന്നുള്ള ദിനചര്യകൾ. ചിത്രം വരയ്ക്കാതെ, യാത്രകളില്ലാതെ, ആരേയും കാണാനിഷ്ടപ്പെടാതെ, ആരോടും സംസാരിക്കാൻ നിൽക്കാതെ, ശബ്ദങ്ങൾ കേട്ടാൽ കാതുകൾ തീരെ തളർന്നു പോകുന്ന, മൗനത്തിന്റെ നിഗൂഢരാഗങ്ങളെ കാത്തു കിടക്കുന്ന,... വിവിധങ്ങളിൽ ഓരോ ദിവസവും പിന്നിട്ടു .

സാന്ദ്രീകരിച്ച മൗനത്തെ ചിലപ്പോൾ തുറന്നുവിട്ട് ഡയറിക്കുറിപ്പുകൾ നിറക്കും. വിവാഹജീവിതത്തിലേക്കു പ്രവേശിച്ചശേഷം ഡയറിയെഴുത്തില്ലായിരുന്നു. രേഖപ്പെടുത്തേണ്ടതില്ലാത്ത കാലമായിരുന്നു അത്.. എഴുതിയാലൊ, അവ വാക്കുകളുടെ കബന്ധമായി കിടക്കും. ചാപിള്ളകളുടെ ശ്മശാനമായി കടലാസ് രൂപപ്പെടും. അതിനൊന്നും ഇട കൊടുത്തില്ല.

വീണ്ടും ഡയറിയെഴുത്തിലേക്കു തിരിഞ്ഞപ്പോൾ, എഴുതിയതിനൊക്കെ നിരക്ഷരനായ ഒരാളുടെ അക്ഷരപ്പുതുമ. ഡയറിക്കുറിപ്പുകളാവ

ട്ടെ, ദിനക്രമവും പാലിച്ചില്ല. കൈപ്പടയും കോലം കെട്ടു.

മകളെ സംബോധന ചെയ്യുന്ന നീണ്ട എഴുത്തായി അവ പരിണമിച്ചു. അനേക ദിവസങ്ങൾ കൊണ്ട് എഴുതി തീർത്ത ഒരു കത്ത്.

ഇതവൾ എന്നെങ്കിലും വായിക്കുമോ.. തെല്ലുമുറപ്പില്ല. ആരും വായിക്കാതെ കൂമ്പടയുന്ന ആശയങ്ങളായി അതു തുടരുമോ..? എങ്ങനെയൊക്കെ പരിണമിക്കുമെന്നത് എഴുത്തിനെ ബാധിച്ചില്ല.

ഇതു തന്റെ രക്തമാണ് അഥവാ വെറുമൊരു പാഴ്ലിഖിതം എന്ന ദ്വിത്വഭാവം അതിൽ നിഴലിക്കുന്നുണ്ട്. ആകാശരാവിൽ തുടിക്കുന്ന ഏതോ ഒരു നക്ഷത്രത്തെ ലാക്കാക്കി തൊടുത്തുവിടുന്ന കടലാസു റോക്കറ്റ്. സമീപത്തെ ഏതെങ്കിലും ഇരുട്ടിൽ ചെന്നു പതിച്ചാലും തനിക്കു മറ്റൊന്നും ചെയ്യാനില്ലെന്ന നിരർഥക ഭാവവും.. വല്ലപ്പോഴും ഇറ്റു വീഴുന്ന വാക്കുകൾ നിരത്തി അവൻ എഴുതി:

മാർച്ച് 17:
ലിഖാ..,

മാർച്ച് 22:
ലിഖാ..,

മാർച്ച് 25:

(മകൾ വായിച്ചു തുടങ്ങിയതായ ഒരു ഭാവം ഇന്നത്തെ വരികൾക്കുണ്ട്.)

നിനക്കെഴുതുന്ന ആദ്യത്തെ വരികളാണിത്. ജീവിതത്തിന്റെ തിളങ്ങുന്ന പ്രമേയങ്ങൾക്കു കാത്ത് ഞാനിതെഴുതാൻ വൈകി. കാത്തിരിപ്പിനർഥമില്ലെന്ന ചിന്തയാൽ കലങ്ങിയ ഭാഷയിൽ തുടങ്ങുന്നു. നിന്റെ വായനയിലേക്ക് എന്നെങ്കിലും ഈ കത്ത് എത്തിച്ചേരുമോയെന്നു തീർച്ചയില്ല. നിന്റെ പിറവി സംബന്ധിച്ച ഒരു സത്യം തുറന്നു പറഞ്ഞാകാം തുടക്കം.

ഈ ലോകത്തേക്ക് നീ പിറക്കരുതെന്നായിരുന്നു നിന്നെ ഗർഭം ധരിച്ചതറിഞ്ഞ നേരം എന്റെ മനസ്സാക്ഷി വെമ്പിയത്. ജീവിതമെന്നു വിളിക്കാനാവാത്ത വലിയൊരസംബന്ധത്തിന്റെ നടുവിലേക്കാണ് നീ അവതരിക്കേണ്ടി വരിക. ഞാനറിയുന്ന ശിശുക്കളുടെ ലോകം പ്രത്യാശകളില്ലാത്തതാണ്. അതിലേക്ക് നിന്റെ ജന്മത്തേയും തള്ളിയിടുന്നത് ഏതോ മാപ്പർഹിക്കാത്ത കുറ്റമായി എനിക്കു തോന്നി. ഭ്രൂണത്തെ നിരോധിക്കാൻ ഡോക്ടറെ സമീപിക്കുവാനും ചിന്തയുണ്ടായി. പക്ഷെ, അതിനു ശ്രമിച്ചില്ല. ഞാൻ ചെയ്ത പാപത്തിന്റെ ശമ്പളം ഏതോ ഒരു

ഡോക്ടരുടെ പേരിൽ വന്നു ചേരുന്നത് ശരിയല്ലല്ലൊ.

ഞാനോർക്കുന്നു, നീ പിറക്കുംനേരം പ്രസവവേദന മൊത്തം അനുഭവിച്ചതു ഞാനായിരുന്നു. ബാല്യശാപമേറ്റപോലെയായിരുന്നു ഗർഭകാലത്ത് നിന്റെ അമ്മയുടെ ഭാവം. ഒന്നും അറിയാത്തവളായി അവൾ രൂപാന്തരപ്പെട്ടു. നിന്നോടൊപ്പം പിറവിയെടുത്ത ഒരു കുഞ്ഞിനെപ്പോലെ എനിക്കവളേയും പരിചരിക്കേണ്ടി വന്നു. നിന്റെ അമ്മയെ പലപ്പോഴും 'മോളെ 'എന്നു വിളിക്കാറുണ്ടായിരുന്നു. പ്രണയമല്ല, മകളോടുള്ള വാത്സല്യം തന്നെയായിരുന്നു അപ്പോഴൊക്കെ അതിന്റെ പൊരുൾ. ഒരു കൊച്ചുകുട്ടിയെപ്പോലെ അവളേയും ഞാൻ പരിചരിച്ചു. ഗർഭകാലം തീരുംവരെ മാത്രമായിരുന്നില്ല, ആശുപത്രിയിൽ കഴിയുമ്പോഴും അതിനു ശേഷമുള്ള ശുശ്രൂഷാദിനങ്ങളിലും പരിചരിക്കാൻ ഞാനൊരാളേ ഉണ്ടായിരുന്നുള്ളു.എല്ലാത്തരം ബന്ധങ്ങളിൽ നിന്നും വേരറ്റ് ഒറ്റപ്പെട്ടവന്റെ ദുർവിധിയോടെ 'രണ്ടു നവജാത ശിശു' ക്കളെ ഞാനന്ന് പരിചരിച്ചു. ഒറ്റക്കു താങ്ങി നിർത്തേണ്ടുന്ന ആകാശമാണു ജീവിതമെന്ന ചിന്ത ഒഴിഞ്ഞതേയില്ല. സ്വന്തം കൈമുദ്ര പതിഞ്ഞ ദിനചര്യകളിലൂടെ മാത്രമായിരുന്നു പ്രയാണം. ഏകാന്തതയുടെ സ്വർഗവും നരകവും മാറി മാറി കടന്നു വന്നു. നിനയ്ക്കുമതു പകർന്നു. എന്റെ വിരൽത്തുമ്പിൽ മാത്രമായിരുന്നു നിന്റെ ബാല്യം വട്ടംകറങ്ങിയത്. അത്തരത്തിലുള്ള ഏതെങ്കിലും ദൃശ്യം വരുംകാലത്ത് നിന്റെ ഓർമയിൽ തെളിഞ്ഞു വരികയാണെങ്കിൽ, ഞാനെത്രയും സന്തുഷ്ടവാനായിത്തീരും.

മാർച്ച് 31:

നിന്നെ കാണാൻ കോടതിവിധി വ്യവസ്ഥ ചെയ്തിട്ടുണ്ടെങ്കിലും കാണാൻ ഞാൻ ശ്രമിക്കാറില്ല. അതെന്തുകൊണ്ടാണെന്ന് എനിക്കു വിശദീകരിക്കാനുമാവില്ല. ഏതു നിമിഷവും കാണാനുഴറുന്ന ഒരാളേയുള്ളൂ ഈ ഭൂമിയിൽ. അവൾ നീയാണ്, നീ മാത്രം.

(തുറക്കുന്ന മിഴിയും
അടക്കുന്ന മിഴിയും
ഒരേ കാഴ്ചയെ ബലിയർപ്പിക്കുന്നു.)

ഏപ്രിൽ 7:

അകം മുഴുവൻ മുറിവേല്പിക്കുന്ന ഒരു വേദനയായി നീ.

(വേദനയുടെ ആദിമപാഠങ്ങളിലാണ്
പിറവിയുടെ രഹസ്യം.
പ്രകൃതി നിലവിളിക്കുമ്പോൾ

ഗർഭമുഖത്ത് മാറ്റൊലിക്കുന്നു.)

മെയ് 8:

നിന്റെ മുഖച്ഛായയുടെ പരിണാമങ്ങളെപ്പറ്റി വെറുതെ ചിന്തിച്ചു പോകാറുണ്ട്. വളരുംതോറും നീ തന്നെയാണോ നീ.

(പൗർണമി
പരിചയപ്പെടുത്തുന്ന
പല മുഖങ്ങൾ
അമാവാസി
തുള്ളികൾ തെറിപ്പിച്ച്
പൂർണമാക്കുന്നു.)

ജൂൺ 1:

നിന്നെക്കുറിച്ചുള്ള ഓർമകൾക്ക്
ഹൃദയംപിളരും വേദനയുടെ രൂപത്തികവാണ്.
ശിരസ്സിൽ പെയ്യുന്ന തീമഴ
ഒറ്റനിമിഷം പോലും ശമിക്കാത്തതെന്ത്?

(ദിക്കുകളിൽ
നീന്തുന്ന നക്ഷത്രങ്ങൾ
നീലവാനത്തിൽ
തീ പടരുന്നതറിയുന്നില്ല.
കൊല ചെയ്യപ്പെട്ട
ഒരു കാറ്റിന്റെ പിടച്ചിലായിരുന്നു
ആളിക്കത്താൻ കാരണം)

ജൂൺ 8:

മോളെ, ലിഖിതാ ..

ജൂൺ 20:

ലിഖിതാ ..

ജൂലായ് 6 :

നീ അരികിലെത്താൻ ഏതു കലണ്ടർ വഴികാട്ടും?

(മഞ്ഞിന്റെ സംഗീതമുള്ള
മഴവില്ലിന്റെ പുഞ്ചിരിയുള്ള
പൂവിന്റെ രാഗമുള്ള
വസന്തത്തിന്റെ വാതിലുള്ള

പുലരിയുടെ സാന്ദ്രതയുള്ള
ജലപ്പരപ്പിന്റെ മുഖമുള്ള
ശൂന്യതയുടെ പാർപ്പിടമുള്ള
ദിനങ്ങൾ
ആരു നിർമിച്ചു തരാൻ?)

ആഗസ്ത് 2:
ഏതൊക്കെയോ മുഖച്ഛായകളായി നീ
സംഖ്യാതീതമാകുന്നു.
അവിരാമമായ ശൂന്യതകളുടെ പരമ്പര ...
(ശൂന്യതക്ക് അതിന്റെ ഗണിതമുണ്ട്.
അടഞ്ഞ ചക്രവാളങ്ങൾക്ക്
അടയാളപ്പെടുത്താനാവില്ല)

ആഗസ്റ്റ് 20:
ഉറങ്ങാൻ കിടക്കുമ്പോഴെല്ലാം വേദനയുടെ അനന്തശയ്യയായി നീ വിരിക്കപ്പെടുന്നു.
(ശയ്യ കൊണ്ടാണ്
ഭൂമിയുടെ വായമൂടിയിരിക്കുന്നത്.
അതു നീക്കിയാൽ
മരിക്കാൻ ഗതിയില്ലാത്തവരുടെ
നിരവധി നാടുകൾ കാണാം.
ഉറക്കം
അനന്തതയുടെ
ചൂണ്ടുപലകയാണ്.)

സെപ്തംബർ 8:
ഞാനിപ്പോൾ ഏറ്റവും കൂടുതൽ ഇഷ്ടപ്പെടുന്നത് നിന്റെ പ്രായമുള്ള മുഖങ്ങളെയാണ്. കടുത്ത നീറ്റലാണ് അവരെ കാണുമ്പോൾ ഉണ്ടാകുന്നതെങ്കിലും....
പരാജിതരാവുന്ന കുട്ടികൾക്കെല്ലാം നിന്റെ മുഖം.
(കണ്ണീരിന്റെ തിളച്ച കടലിലേക്ക്
ആകാശം നഷ്ടപ്പെട്ട്
നിലംപതിക്കുന്ന
അസ്തമയപ്പക്ഷികൾ..)

സെപ്തംബർ 22:
ഒരു പക്ഷെ ഞാനായിരിക്കാം വിധിയുടെ വില്ലൻ.
ചില നേരങ്ങളിൽ കുറ്റബോധം പടരുന്നു...
(ആകാശത്തിന്റെ മറവിൽ
കാത്തിരിക്കുന്നു കറുത്ത സൂര്യൻ)

ഒക്ടോബർ 1:
ഇനി കണ്ടുമുട്ടുമ്പോൾ
തലേന്നു കണ്ടതെന്നമട്ടിൽ നമ്മൾ കാണുമോ..
നിനയ്ക്കരികിലേക്കുള്ള വഴിയേ താണ്. അങ്ങനൊരു വഴിയില്ലെ?
(മഴവില്ലിന്റെ വേരുകൾ
മുറിച്ചുമാറ്റപ്പെട്ടു.
ജലരൂപങ്ങൾക്കു സഞ്ചരിക്കാൻ
വഴികളില്ലാതായി.)

നവമ്പർ 14:
നിന്റെ ഓർമകളിൽ വർണമഴ പെയ്യാറുണ്ടോ..?
നിന്റെ ഫോട്ടോകളിൽ നോക്കുമ്പോൾ
കണ്ണിൽ ചുടുലാവ ലയിക്കുന്നു.
(സൂര്യന്റെ ജാതകത്തിൽ
ഇരുട്ടാണധിപൻ)

നവമ്പർ 23:
അച്ഛനെന്ന സങ്കല്പം നീയെങ്ങനെ വരയുന്നു.
ഞാൻ കാലത്തിന്റെ കണക്കിലില്ലാത്തവൻ.
നീയങ്ങനല്ലല്ലൊ.
നീയെന്തിനു ശിക്ഷിക്കപ്പെട്ടു ?
(ഏകാന്തമായ ദിക്കുകളെ
അടയാളപ്പെടുത്താൻ
ഭൂമിക്ക് നീയൊരു വഴികാട്ടിയാണ്.
കാറ്റിന്റെ ജീവിതം
നിനയ്ക്കു വേണ്ടിയാണ്)

നവമ്പർ 24:
ഏതു യാത്രയിലും നീയുണ്ട് കൂടെ.
(ഭൂമിയിലെ വഴി
കഴിഞ്ഞ ജന്മത്തിലെ

ഏകാകികൾ നിർമിച്ചതാണ്.)

ഡിസമ്പർ 5:
ഇന്നത്തെ പകലിൽ സന്തോഷത്തിന്റേതും
രാവിൽ ദു:ഖത്തിന്റേതുമായ മൂകത വിളഞ്ഞു.
നിന്റെ ഇന്നത്തെ ദിനചര്യകൾ എങ്ങനെയായിരുന്നു?
(തീനാമ്പുകൾ
വേരുകളിലെ രഹസ്യയാത്രികർ.)

ഡിസമ്പർ 9:
എന്നെപ്പറ്റിയുള്ള ഓർമകളെ നീയെങ്ങനെയാണ് വരവേൽക്കുന്നത്. വെറും ശൂന്യതയെ നീ അലങ്കരിക്കുന്നുവോ!
(അനന്തതയ്ക്ക് ഒരിടത്തുവച്ച്
ചിതാഭസ്മം ചാർത്തുക)

ഡിസമ്പർ 10:
ജീവിതത്തിന്റെ അപകട മുനമ്പിലാണോ നിന്നെ ഞാൻ നിർത്തിയിട്ടുള്ളത്.
(പ്രളയത്തിന്റെ നടുവിൽ
മുഖമില്ലാത്ത നദിയുണ്ടാകും.
അതിന്റെ നിശ്ചലത
വിമോചനത്തിന്റെ പേടകമാണ്.)

ഡിസമ്പർ 11:
ഞാൻ കൊള്ളുന്ന കാറ്റും മഴയും
ചൂടും തണുപ്പും
നിന്നെ പിന്തുടരാതിരിക്കട്ടെ.
(പാപം അളക്കാനുള്ള
ഒരേയൊരുപകരണമാണ്
ആയുസ്)

ഡിസമ്പർ 12:
നീ ഒരു ശബ്ദമായി എന്റെ ഓരോ കോശത്തേയും ശസ്ത്രക്രിയ ചെയ്യുന്നു.
(അഗ്നിയിലേക്കുള്ള പലായനം
എനിക്കു രൂപം വിധിച്ചേക്കാം.)

ഡിസമ്പർ 13:

ചിലപ്പോൾ നീയടുത്തുവന്നുകൊണ്ടിരിക്കുകയാണെന്നു തോന്നും.

ചിലപ്പോൾ നീ അകന്നു കൊണ്ടിരിക്കുകയും..

മുന്നോട്ടും പിന്നോട്ടും മറിച്ച് വായിക്കാവുന്ന ഒരു പുസ്തകം പോലെ.

(കാലം
വിഭജിക്കാനാവാത്ത
കാഴ്ചവസ്തുവാണ്.)

ഡിസമ്പർ 14:

ഓരോ അനുഭവത്തിൽ നിന്നും ഇപ്പോൾ പിന്മാറിപ്പോകുന്നു.

ഒന്നിലും ഞാനില്ല .

എവിടേയും കാല്പാടില്ലാതെ കടന്നു പോകാം.

നിന്റെ അസാന്നിധ്യം കൊണ്ടാവാം ഒരനുഭവത്തിനും എന്റെ ജീവകോശങ്ങളെ സ്പർശിക്കാനാവാത്തത്.

(ശരീരം ശൂന്യമാകുന്നത്
ആത്മാവിന്റെ ആഘോഷമാണ്)

ഡിസമ്പർ 15:

ഉറക്കമുണരാത്ത പകലുകൾക്ക്
ഒരേയൊരു വേദന അകമ്പടി സേവിക്കുന്നു.

(കവിതയെഴുതാനും വരയ്ക്കാനും
പിന്നാലെ ചുട്ടെരിക്കാനും
ചില കിനാവുകളെങ്കിലും
പാഴ് വസ്തുക്കളാണ്)

സിസമ്പർ 20:

ഞാൻ ഭാവിയിലേക്ക് ഒന്നു മാത്രമേ സമ്പാദിച്ചു വയ്ക്കുന്നുള്ളു. നിന്നോടു സംസാരിക്കാനുള്ള വാക്കുകൾ..

(ജലനിറത്തിൽ നിർമിച്ച
പൂക്കളുടെ പ്രതിമയിലെ
ബന്ദിയാക്കപ്പെട്ട ഭാഷയും)

ഡിസം. 25:

മകൾ എന്ന മഹാകാവ്യമെഴുതിയിട്ടേ ഞാൻ മരിക്കാവൂ..

എന്റെ കണ്ണീരിന്റെ ഇതിഹാസത്തിന് മറ്റൊരു തലക്കെട്ട് ആവശ്യ

മില്ല.

(എഴുതിത്തീരുംമുമ്പെ
കാലം നിരസിക്കുന്ന
കടലാസാണ് ജീവിതം)

എഴുതിക്കഴിഞ്ഞതിനു ശേഷം പിന്നീടു തുറക്കാതിരുന്ന ഈ ഡയറി ചിത്രേശ്വരൻ അന്നുമാത്രം തുറന്നു ഒന്നു കൂടി വായിച്ചു.

സിസിലിയുമായുള്ള വിവാഹമാണ്ട് പിറ്റേന്ന്.

ആകാശം ശൂന്യതയുടെ ഒറ്റ പക്ഷിയാകുന്നതും ചിറകുവിടർത്തുന്നതും ഇന്നവൻ കണ്ടു... ഒരു ചിറക് മകൾ. മറ്റേ ചിറക് അവൾ.

കല്ലറയിൽ കുരുത്ത പൂക്കൾ

ചിത്രേശ്വരനെ സംബന്ധിച്ച് പുനരുത്ഥാനത്തിന്റേയും നക്ഷത്രം അവൾ തന്നെ - സിസിലി.

ചിത്രമലയിലെ കൂടിക്കാഴ്ചക്കുശേഷം തന്നെ ബന്ധിച്ച അദൃശ്യമായ ചങ്ങലകൾ അഴിഞ്ഞു വീഴുന്നതായി അവനു തോന്നി. ചോരത്തുള്ളികൾ പാടെ വറ്റിയ രണ്ടു ശരീരങ്ങളായിട്ടായിരുന്നു പുനസ്സമാഗമം. സംഗമത്തിനു ശേഷം ഓരോ രക്തകോശവും കിനിയാൻ തുടങ്ങി. അന്ധകാരയുഗം കടന്ന് അനുരാഗത്തിന്റെ ആകാശപടം വിടർന്നു. മഞ്ഞുതുള്ളികൾ നേരിട്ടു ഹൃദയത്തിൽ പതിഞ്ഞു. സ്വപ്നസംഭരണികൾ വീണ്ടും നിറഞ്ഞു. പ്രാണതന്ത്രികളിൽ ഉയിർത്തെഴുന്നേല്പിന്റെ സംഗീതം അലയടിച്ചു. തന്റെ ഉള്ളിലെവിടേയും സൗരപ്രഭ തെളിഞ്ഞു വരുന്നതായി ചിത്രേശ്വരനറിഞ്ഞു. സിസിലിയെ വീണ്ടും കണ്ടതു തൊട്ടുള്ള തേജസ്സിന്റെ പ്രവാഹം. ഗ്രഹണചര്യയിൽ നിന്നും പുറത്തുകടന്ന കാലതേജസ്സിന്റെ പുതുഭാവം..

ലിഖയെ കാണാനാവാതെ ദിനരാത്രങ്ങൾക്ക് കടുംചായം പുരണ്ടു തുടങ്ങിയ സന്ദർഭത്തിലാണ് സിസിലി അടുത്തുവന്നത്. അതോടെ വിരഹത്തിന്റെ ദുസ്സഹമായ വേദനകളതിജീവിക്കാൻ ഒരു വഴി കിട്ടി.

ഏതോ ഒരു നാളിൽ.. മകൾ മുന്നിൽ പ്രത്യക്ഷപ്പെട്ടു. അവൾ യൗവനത്തിന്റെ ഇതളായി മുന്നിൽ നിൽക്കുന്നു. ഓർമയിലെ കുരുന്നുമുഖത്തോടു ചേർത്തുവച്ചു. തമ്മിൽ അന്തരമുണ്ട്. സ്വപ്നങ്ങളുടെ പൂമരമായി മകൾ മാറിയിരിക്കുന്നു. ചന്ദനക്കാറ്റു ചുറ്റും വീശിക്കൊണ്ടിരുന്നു. എന്നിട്ടും താൻ മരവിച്ച പോലെ. പോയകാലത്തെ വിസ്മൃതമായ വികാരങ്ങളാൽ മൗനം മൂടപ്പെട്ടു. നീണ്ട കാലത്തെ നൊമ്പരങ്ങൾ ഓർമയെ ഉണർത്തിയില്ല. അതവൾ തന്നെയാണോയെന്ന് ഒത്തുനോ

ക്കി. ജലരേഖകൾ ഇളകി മാറി. ഒന്നും വ്യക്തമല്ല.. അഞ്ചു വയസുകാരിയുടെ ബാല്യമുഖത്തെ മാറ്റി വരക്കാനാവുന്നില്ല. ഇവൾ ലിഖയല്ല, മനം വിലക്കി.

അവളോടു വെട്ടിത്തുറന്നു പറഞ്ഞു. 'നീ ലിഖയല്ല ..'

അവളുടെ കണ്ണിൽ മിന്നൽ പാളുന്നതായി കണ്ടു. ഇരുണ്ട മഴയും.

അവളുടെ പിറകിലപ്പോൾ ലിഖിത പ്രത്യക്ഷപ്പെട്ടു.

'മകൾ അച്ഛനെ കാണാതിരിക്കാനാവില്ലെന്നു വാശി പിടിച്ചു. എനിക്കു തടയാനായില്ല..'

'ഇനി വരരുത്.. നിന്റെ മകളെ എനിക്കു കാണണ്ട. നിന്റെ മാതൃത്വം നിഷേധിച്ച് അവളെന്നു വരുമോ, അന്നു മതി.'

ലിഖിത കെഞ്ചി:

'മകളോടു പൊറുത്താലും... അവളെ നിങ്ങൾക്കു തിരിച്ചു തരികയാണ്. സ്വീകരിച്ചാലും.'

'വയ്യ, നഷ്ടപ്പെട്ടതിന്റെ വേദന ദീർഘകാലം ഞാനനുഭവിച്ചു. ഏതൗഷധം കൊണ്ട് ആ മുറിവുകൾ ശമിക്കും. ഈ മകളുടെ കുട്ടിക്കാലവും കൗമാരവും തിരിച്ചു തരാനാവുമോ? മടങ്ങിപ്പോകൂ.. നിന്നെ പാടെ ഉപേക്ഷിച്ചു വരുന്ന മകളെ മാത്രമേ ഞാൻ സ്വീകരിക്കൂ..'

അമ്മയും മകളും ആ നിമിഷം മറഞ്ഞു.

കണ്ടതു കിനാവാണെങ്കിലും ഒരു കുറ്റബോധം പരന്നു. പൊള്ളുന്ന ഒരു നിശ്വാസം പതിയെ പുറത്തേക്കു കളഞ്ഞു. വേനൽക്കുമിളകൾ ഉയർന്നുപൊങ്ങി. വെയിൽസമുദ്രത്തിന്നടിയിൽ അടക്കം ചെയ്യപ്പെട്ടപ്പോലെ കിടക്കുകയാണ് തന്റെ ശരീരം. ആഴക്കടലിന്റെ ഗർഭസ്ഥലിയിൽ നിന്നുമെത്തിയ ഏതോ കുരുന്നുശബ്ദം കേട്ട് ശരീരമൊന്നുലഞ്ഞു. ഒന്നുകൂടി ജീവൻ വച്ചു.

'താനെവിടെയാണ്?' തന്റെ നിദ്രകളുടെ ചരിത്രത്തിൽ ഈയൊരു ചോദ്യം ആദ്യത്തേതാണ്.

'അച്ഛാ'

മകളുടെ ശബ്ദമുയർന്നു.

അവൾ വിളിച്ചുണർത്തിയതാണ് തന്നെ. ശരിക്കുമുണർന്നു.

ഉണർന്നപ്പോൾ ചുറ്റിലും ശൂന്യത. മകളുടെ ശബ്ദം അശരീരിയായി അകലുന്നു. അടുത്തൊന്നും ആരുമില്ല.

'ചിത്രക'ത്തിലെ ഡസ്കിലാണ് താൻ തലേന്നു രാത്രി കിടന്നുറങ്ങിയതെന്ന ബോധം തെളിഞ്ഞു. ഇരുട്ടിന്റെ മാറാലകളിൽ നിന്നും പുറത്ത് വന്നു.

അതേ സമയത്ത്, സിസിലിയെ മറ്റൊരു നിഴൽ വിഴുങ്ങിത്തുടങ്ങിയിരുന്നു. വികാരത്തിന്റെ വാൾവ് അടഞ്ഞതുപോലൊരു വീർപ്പുമുട്ടലാണ് അവൾ നേരിട്ടത്.

ചിന്തകൾ ശാന്തമല്ല. സോളമന്റെ ഓർമകൾ ഒരു വശത്ത്. കൊലപാതകം കണ്ടംതുണ്ടമാക്കിയ സംശയങ്ങൾ മറ്റൊരു വശത്ത്. ചിത്രേശ്വരനുമൊത്തുള്ള ജീവിതത്തിന് തടയിടുന്ന പള്ളിനിയമങ്ങൾ മറ്റൊരു വശത്ത് ..

കുമ്പസാരത്തിനു ശേഷം അഗസ്റ്റസ് പാതിരി അവളെ പ്രത്യേകം വിളിച്ചു. ആർക്കും സ്നേഹത്തിന്റെ ദിശ കാട്ടുന്ന വാക്കുകളേ അദ്ദേഹം ഉച്ചരിക്കൂ.. ചിത്രേശ്വരനിലേക്കുള്ള, അവളുടെ സഞ്ചാരത്തെ മനസ്സിലാക്കിയ മട്ടിലാണ് പാതിരി പറഞ്ഞു തുടങ്ങിയത്.

"കർത്താവു കാട്ടിത്തരുന്ന പാതയിലൂടെയേ നമ്മൾ സഞ്ചരിക്കാവൂ. തന്നിഷ്ടപ്രകാരം വഴിമാറിപ്പോകുന്നതിനെ വാത്സല്യനിധിയായ പിതാവു തടയില്ല. പക്ഷെ, പിന്നീടു സംഭവിക്കാവുന്ന ആപത്തുകളെ ഒറ്റക്കു നേരിടേണ്ടി വരും. ദൈവം തുണക്കില്ല."

"അച്ചോ, ആത്മാവു കൂട്ടിയിണക്കുന്നതിനെ ശരീരത്തിനു വേർപിരിക്കാനാവുമോ?"

സിസിലിയുടെ ചോദ്യത്തിൽ നിന്ന് അവളുടെ അചഞ്ചലചിത്തത്തെയാണ് പാതിരി നിരീക്ഷിച്ചത്.

"ഞാനും നിന്നെ വിലക്കുന്നില്ല. അന്തിമ തീരുമാനമെടുത്തില്ലെങ്കിൽ, ഒരു സത്യം നിനയ്ക്കു കൈമാറാൻ സോളമന്റെ ആത്മാവ് എന്നെ അനുവദിക്കുമെന്നു വിശ്വസിക്കുന്നു "

"ഏതു സത്യം?"

നാളുകൾക്കു ശേഷം താനറിയേണ്ടുന്ന ഏതു രഹസ്യമാവാം സോളമൻ മാറ്റിവച്ചിരിക്കുക! അവൾ ആശ്ചര്യത്തോടെ ചിന്തിക്കുന്നതിനിടെ ശബ്ദം താഴ്ത്തി അഗസ്റ്റസ് പാതിരി പറഞ്ഞു:

"നീ വിശ്വസിച്ചാലുമില്ലേലും സോളമന്റെ ഘാതകൻ മറ്റാരുമല്ല, നിന്റെ നായകനാണ് "

വികാരിയിൽ നിന്നും വിറകൊള്ളിക്കാനുതകുന്ന വാക്കുകളാണുതിർന്നതെങ്കിലും അതുകേട്ട് സിസിലി ചിരിച്ചതേയുള്ളു.

അവൾ തിരിച്ചടിച്ചു:

"എന്നു മുതലാണ് തിരുമനസ്സും നുണ പറഞ്ഞു തുടങ്ങിയത്?"

സോളമൻ തന്നോടു വെളിപ്പെടുത്തിയ സംഗതി പൂർണമായും അഗസ്റ്റസ് പാതിരി അവളോടു വിശദീകരിച്ചു. അതുകേട്ട് അവൾ ക്ഷു

ബ്ദ്ധയായില്ല. എങ്കിലും പിന്നാലെ പറഞ്ഞതിനൊന്നും ചെവികൊടുത്തില്ല. അവിടെ നിന്നു തിരിക്കുമ്പോൾ സംശയത്തിന്റെ ഒരു തീപ്പൊരി അവൾ കൂടക്കൊണ്ടുവന്നു.

ചിന്തകളിൽ പുകപടലങ്ങൾ പരത്താൻ അതുമതി. ഇരുളിനു കനം കൂടുമ്പോൾ തീപ്പൊരിയുടെ തിളക്കം തീവ്രമാകും. അരുത്, അങ്ങനെ ചിന്തിക്കരുത്.. അതേമാത്ര മനസ്സിന്റെ മറ്റൊരു ദിക്ക് സ്നേഹത്തിന്റെ കടങ്കഥകൾ കാട്ടും. അവളുടെ മനസ് വിപരീത ധ്രുവങ്ങളിലേക്ക് മാറി മാറി ചാഞ്ചാടി.

അഗസ്റ്റസ് പാതിരിക്ക് തന്നോടു പ്രത്യേക വാത്സല്യമുണ്ട്. മറുബോധത്തിലേക്ക് തന്നെ നയിക്കാൻ അതുകൊണ്ടുതന്നെ അദ്ദേഹം പാടുപെടില്ല. വ്യാജകഥകൾ തെരഞ്ഞെടുത്തു മുഷിയില്ല.

അടുത്ത വട്ടം കണ്ടപ്പോൾ അവൾ ചില സംശയങ്ങൾ പാതിരിയുമായി പങ്കിട്ടു.

'കൊലപ്പെടുത്താൻ ആസൂത്രണം ചെയ്തവർ അക്കാര്യം ഇരയെ മുൻകൂട്ടി അറിയിക്കുമോ?'

കൊല സംബന്ധിച്ച പഴയ പ്രമാണങ്ങൾ മാറിമറഞ്ഞിരിക്കുന്നു, സാധാരണഗതിയിൽ കൊലചെയ്യപ്പെടുന്നവൻ ആസൂത്രകനാരാണെന്നറിയുന്നില്ല. കൊലയാളികളുടെ മുഖവും തിരിച്ചറിയണമെന്നില്ല. അതുകൊണ്ട് ആസൂത്രകന്റെ വികാരം പൂർത്തീകരിക്കപ്പെടാതെ പോകുന്നു. അതിനു പകരം,ഇവിടെ ഇരയറിയണം, മരിക്കുംമുമ്പ് യഥാർഥവേട്ടക്കാരനേയും അവന്റെ പ്രതികാരത്തേയും.. പ്രതികാരത്തിന്റെ നാൾവഴികൾ അവനെ വായിച്ചു കേൾപ്പിച്ച് വിധി നടപ്പിൽ വരുത്തുന്നതിന്റെ ലഹരി മറ്റൊന്നാണ്.

പാതിരിയുടെ ഈ വിശദീകരണം അവൾ മാത്രമല്ല, അവളിൽ ഓരോ കോശത്തിലും പാർക്കുന്ന ചിത്രേശ്വരനും കേൾക്കുന്നുണ്ടാവണം. രക്തകോശങ്ങളിൽ കടൽ പ്രക്ഷുബ്ധമായി. അശാന്തിയുടെ കൊടുങ്കാറ്റുകൾ അലറിവിളിച്ചു. നിന്ന നിലയിൽ നിന്നും പറന്നു പോകുമെന്നു സിസിലിക്കു തോന്നി. അവൾ രക്ഷകനെ പ്രാപിച്ചു. ചിത്രേശ്വരന്റെ മുഖമായിരുന്നു അപ്പോൾ മനസ്സിൽ തെളിഞ്ഞ രക്ഷകനും.ഹൃദയത്തിന്റെ അച്ചുതണ്ടിൽ രക്ഷകനും അവളും ബന്ധിതരായി കിടന്നു. ചിത്രേശ്വരൻ നിരപരാധിയാണ്. സോളമനെ വധിക്കാൻ അവനാവില്ല. അവൾ തീർപ്പു കല്പിച്ചു.

പക്ഷെ,

അബോധത്തിന്റെ അക്ഷാംശങ്ങൾ മാറിമറഞ്ഞു കൊണ്ടിരുന്നു.

സിസിലിയുടെ മനസ്സ്, അടുത്തെങ്ങുമല്ലാത്ത ചിത്രേശ്വരനിലും പ്രതിഫലിച്ചു. നിശ്ചലനത്തിന്റെ മറ്റൊരു രീതി. കണ്ണാടിയിലെ പ്രതിബിംബം ആ നിയമം പഠിപ്പിച്ചു തരും.. അടുത്തു ചെല്ലുന്തോറും അടുത്തു വരും. അകലുകയാണെങ്കിൽ പ്രതിബിംബവും അകലും. അന്യോന്യം സമരൂപങ്ങൾ പ്രാപിക്കും. ഒപ്പം ഓരോ ബിന്ദുവിലും വിപരീതം പ്രകടിപ്പിക്കും. രണ്ടുദർപ്പണങ്ങൾ മുഖാമുഖം സമാന്തരമായി സ്ഥാപിച്ചാൽ അവയുടെ പ്രതിബിംബങ്ങൾ അനന്തമായി ആവർത്തിക്കുന്നില്ലേ. ഒന്നിളകിയാൽ പ്രതിച്ഛായ അനന്തമായി ഇളകും. സിസിലിയുടെ മനസ്സൊന്നു കമ്പനം ചെയ്തപ്പോൾ ചിത്രേശ്വരന്റെ മനസ്സിൽ പ്രകമ്പനങ്ങൾ ഒരായിരമായി പെരുകി.

പ്രാചീനനിയമങ്ങളിലേക്ക് അവന്റെ പ്രാണൻ തിരിച്ചു പോയി. ഗർഭപാത്രത്തിൽ കിടക്കുകയാണ് അവൻ. ആത്മാവിന്റേയും ശരീരത്തിന്റേയും ചിലഭാഗങ്ങളേ പുറത്തുവന്നിട്ടുള്ളു. ഭ്രൂണവളർച്ച പാകമായിട്ടുമതി പുറത്തേക്കു പ്രവേശിക്കൽ. ഇനിയും പിറന്നിട്ടില്ലാത്തവനാണ് താനെന്ന യഥാർഥചിന്ത സിസിലിയുമായുള്ള പ്രണയത്തിന്റെ താളത്തെ തെറ്റിച്ചു. പല ആശയങ്ങൾ അവനു ബാധയായി.അസാധാരണമായ ചില ഗണിതങ്ങൾ അതിനു സാധുത നിരത്തി..നാട്ടുഭാഷയിൽ പറഞ്ഞാൽ ഭ്രാന്ത്. മനസ്സിന്റെ നിയമങ്ങളെ പൂർണമായും കൈവിടാത്തവരാരും പക്ഷെ, സ്വയംഭ്രാന്തരെന്നു കരുതാറില്ല..

കാലക്രമങ്ങളുടെ അതിവേഗതയിലാർജിക്കുന്ന ജീൻ സംഘർഷത്തിന്റെ ഇന്റഗ്രൽ ആക്സസിൽ അവനെത്തിച്ചേർന്നു. ചിത്രേശ്വരൻ സമാന്തരമായ ആയുസ്സ് ധരിച്ചു. അവനിപ്പോൾ പുനർജന്മ ബീജമാണ്. ആ യാഥാർഥ്യത്തെ തുറന്നുകണ്ടുള്ള ജീവിതചര്യകളിൽ അവൻ കല്പനകൾ മെനഞ്ഞു.

സിസിലി വീണ്ടുമൊരു കന്യകയാകണമെന്നായിരുന്നു അവന്റെ ഒരാശയം. പ്രണയം വഴിക്കേ ജീവിതപങ്കാളിയെ കണ്ടെത്തൂ..കന്യകയോടു മാത്രമേ തനിക്കു പ്രണയമുണ്ടാകൂ..

'നീ സിസ്റ്റർ ഹോമിലേക്കു പോകൂ.. '

അതിനുവേണ്ടി സിസിലിയോടവൻ അപേക്ഷിച്ചു.

കന്യകയല്ലെങ്കിൽ, രക്തകോശങ്ങളിൽ പുരുഷ ഭാരം നിറയും. നൂറു കണക്കിനു പാദമുദ്രകൾ അവളുടെ ശരീരങ്ങളിൽ മാർച്ച് ചെയ്യും. സ്വപ്നരേതങ്ങളടിഞ്ഞുകൂടും. ശരീരങ്ങൾ കൂട്ടിമുട്ടുമ്പോൾ സംഗീതമുയരില്ല..

തമ്മിൽ സ്പർശിക്കണമെന്ന അഭിനിവേശം മാത്രം മതി, തൊട

രുത്, തൊട്ടാൽ കാമപ്രഭ കെട്ടു പോകും..

എന്താണു സംഭവിക്കുന്നതെന്നറിയാതെ രണ്ടുപേരും പരസ്പരം ഭയന്നു. സിസിലി പ്രാർഥനാമുറിയിലേക്കു പോയി. ബൈബിൾ കയ്യിലെടുത്തു. തുറന്നപ്പോൾ കിട്ടിയത് 'സുഭാഷിതങ്ങൾ'. കണ്ണുടക്കിയത് ആഗൂറിന്റെ സൂക്തങ്ങൾ, പത്തൊൻപതാം ഖണ്ഡിക:

'നാലു കാര്യങ്ങൾ എനിക്കു മനസ്സിലാകുന്നില്ല: കഴുകന്റെ ആകാശത്തിലൂടെയുള്ള പാത, സർപ്പത്തിന്റെ പാറയിലൂടെയുള്ള വഴി, കപ്പലിന്റെ സഞ്ചാരപഥം, കന്യകയോടുള്ള യുവാവിന്റെ പെരുമാറ്റം'

അതിനുശേഷം അവളുടെ വായന പേജ് പിന്നോട്ട് മറിച്ചായിരുന്നു:

'ഞാൻ എന്റെ കണ്ണുകളുമായി ഒരുടമ്പടി ചെയ്തിട്ടുണ്ട്, അപ്പോൾ ഞാൻ എങ്ങനെ ഒരു കന്യകയെ നോക്കും.' (ജോബ്: 31,1)

വിശ്വാസങ്ങൾ പരസ്പരം വിലക്കിയ രണ്ടു പ്രതിമകളായി, അവർ സമാന്തരമായി സഞ്ചരിച്ചു.

പ്രതിസന്ധിയിലായത് അഗസ്റ്റസ് പാതിരിയാണ്. വേഷമഴിച്ച് മനുഷ്യനായി മാറുമ്പോഴെല്ലാം അദ്ദേഹം സങ്കടപ്പെട്ടു. ളോഹ ധരിക്കുമ്പോഴെല്ലാം ഹൃദയത്തിന്റെ പ്രഹേളികകളോട് കണ്ണടച്ചു. ഒടുവിൽ ഒരുത്തരത്തിൽ ഉറച്ചു നിന്നു. ബ്രഹ്മചര്യത്തിനും കന്യകാത്വത്തിനും മഹസ്സു കല്പിക്കുന്ന ഒരു ദാമ്പത്യപഥത്തിൽ സിസിലിയേയും ചിത്രേശ്വരനേയും കൂട്ടിയോജിപ്പിക്കാൻ അദ്ദേഹം നിശ്ചയിച്ചു. അഗസ്റ്റസ് പാതിരിയുടെ ഒരു രഹസ്യപാചകം..

പുസ്തകം അടച്ചുവച്ചു.

ഈ പ്രശ്നത്തിനു മുമ്പിൽ വേദപുസ്തകത്തിന്റെ വാതിൽ എത്ര മുട്ടിയാലും തുറക്കപ്പെടില്ല. സ്നേഹനിയമങ്ങൾ കുഴിച്ചുമൂടിയ കുഴിമാടങ്ങളാണ് ദേവാലയങ്ങൾ.

പാതിരി സെമിത്തേരിയിലേക്കു നടന്നു. വിശ്വാസവചനങ്ങൾക്കു പുറത്താണ് സെമിത്തേരികൾ. അവ മരണാനന്തര യാത്രകളുടെ തുറമുഖമാണ്. നിയമങ്ങളൊന്നും ബാധകമല്ല. സഭാനുമതികളോ നാട്ടുകൂട്ട കല്പനകളോ പൗരോഹിത്യപ്പാസുകളോ ഇല്ലാതെ യാത്ര തുടങ്ങാം. ജീവിതത്തിന്റെ നാടകവേദിക്കു പുറത്താണിവിടം. കാലത്തിന്റെ പുറമ്പോക്ക്. അതിരുകളില്ലാത്ത ശൂന്യത ആസ്വദിച്ചു കൊണ്ട് യാത്ര തുടരാം.

അവിടെ രണ്ടുപേരോടും ഹാജരാവാൻ പറഞ്ഞിട്ടുണ്ട്. ഒരു പുതു യാത്രക്ക് മംഗളം കുറിക്കുവാൻ. പാതിരിയുടെ പരിശ്രമത്താൽ, ഏച്ചു

കെട്ടലല്ലാത്ത ഒരു ബന്ധം ശ്മശാനത്തിൽ വച്ച് നിർമിക്കപ്പെടുകയാണ്.

കൂട്ടിക്കെട്ടലല്ല പ്രണയം.. നൈതികമായ ഒരച്ചുതണ്ടാണത്. തീർത്തും സാങ്കല്പികം. സങ്കല്പങ്ങളെ കെട്ടുവാനോ അഴിക്കുവാനോ കഴിയുന്നതല്ല.

നാലതിരുകൾക്കുള്ളിലൊതുങ്ങുന്ന വസ്തുതയല്ല ജീവിതം. മത ദേശ നിയമങ്ങൾക്ക് വ്യാപരിക്കാവുന്ന ഇടമല്ല.

നമ്മൾ കാണുന്നതല്ല ഒരിക്കലും കാഴ്ച. ഹൃദയം ഒരു ഡോക്ടറുടെ കയ്യിൽ മിടിക്കുന്നതു പോലല്ല കവിയുടെ കൈയിൽ..

അഗസ്റ്റസ് പാതിരിയെ കാത്തിരിക്കുകയാണ് സെമിത്തേരിയിൽ അവർ. അവിടമൊരു പുണ്യസന്നിധിയായി മാറിക്കഴിഞ്ഞു. അദ്ദേഹത്തിന്റെ കാർമികത്വത്തിൽ ചിത്രേശ്വരനും സിസിലിയും ഒന്നിച്ചു.

അവർക്കിടയിലൂടെ ഒരു വെള്ള ശലഭം പറന്നു പോയി.

വിവാഹച്ചടങ്ങിന് സാക്ഷിയായി ഒരാൾ കൂടിയുണ്ടായിരുന്നു, അലിഖ.

കർമം പൂർത്തിയായ ശേഷം രണ്ടുപേരും അലിഖയേയും കൂട്ടി സോളമന്റെ കല്ലറക്കടുത്തേക്കു നീങ്ങി. അതിന്റെ മീതെ ഒന്നിച്ച് പൂ വച്ചു. ആ നിമിഷം അലിഖയുടെ കണ്ണുനിറഞ്ഞു. ലിഖയെ ഓർത്ത് ചിത്രേശ്വരന്റെ കണ്ണും നിറഞ്ഞു.

എല്ലാവരേയും സന്തുഷ്ടിയിലേക്കു തിരിച്ചെത്തിക്കാൻ അഗസ്റ്റസ് പാതിരി ഒറ്റക്കു ചിരിച്ചു.

വിവാഹപ്പിറ്റേന്ന് വായിച്ച ഡയറി

വിവാഹം കഴിഞ്ഞ ആദ്യദിനം ചിത്രേശ്വരന്റെ വീട്ടിൽ സിസിലി തനിച്ചായിരുന്നു. അലിഖയെ കൂട്ടിക്കൊണ്ടുവരാൻ സിസിലിയുടെ അമ്മയുടെ അരികിലേക്ക് പോയിരിക്കുകയാണ് ചിത്രേശ്വരൻ. മുറിയിൽ അനാഥമായി കിടക്കുന്ന സ്ഥാവര ജംഗമ വസ്തുക്കളിലൂടെ സിസിലിയുടെ കണ്ണുകൾ കയറിയിറങ്ങി. പുസ്തകങ്ങൾ, ചിത്രങ്ങൾ, ബ്രഷുകൾ, ഫോട്ടോ ആൽബങ്ങൾ ..

പഴക്കംചെന്ന ഒരു പറുദീസയിലെ പുതിയ സഞ്ചാരിയെപ്പോലെ അവളുടെ അന്വേഷണം നീണ്ടു. വിജനമായ കാലപഥം. രഹസ്യ ഭാവനകളുടെ കലവറകൾ. അവിടം സന്ദർശിക്കുന്നൊരാൾക്ക് താനും അതിലൊരു പുരാവസ്തുവാണെന്ന ചിന്ത കൈവരും. സ്വർഗരാഗങ്ങളുടെ പഴയ പല്ലവികൾ ചുണ്ടിനോടു ചേരും.

ഏതു പറുദീസയായാലും, വെട്ടം പതിയാത്തിടത്ത്, നിഴൽ പത്തി വിടർത്താം. രഹസ്യങ്ങളുടെ മാളത്തിൽ നിന്ന് വിഷപ്പാമ്പുകൾ ഫണമുയർത്താം. അതിവിടെയും സംഭവിക്കുന്നു:

രണ്ടു പഴയഡയറികൾ പ്രത്യേകം പ്ലാസ്റ്റിക് കൂടിൽ പൊതിഞ്ഞു വച്ചതു കണ്ടു. വിലക്കപ്പെട്ട കനി കണക്കെ ഒരു വിചാരത്തള്ളൽ.

മടിച്ചു മടിച്ച് സിസിലി ഡയറികൾ തുറന്നു നോക്കി.

അതിലൊന്ന് സ്വകാര്യലോകമാണ്.

മറ്റൊന്ന് പൊതുലോകമാണ്.

സ്വകാര്യ ഡയറി അവന്റെ അനുവാദത്തിൽ വായിക്കാമെന്ന് കരുതി തിരികെ വച്ചു. സോഷ്യൽഡയറിയെടുത്ത് അലസമായി മറിച്ചപ്പോൾ ഒരു പേജ് ശ്രദ്ധയിലേക്ക് കുതറി വന്നു.

'ഇന്ന് ദു:ഖവെള്ളി... എങ്കിലും വിമോചിതനാവുന്നതിന്റെ സന്തു

ഷ്ടിയാണുള്ളത്. സ്വന്തംജീവിതത്തിലെ സ്വപ്നങ്ങൾ ഇനിയങ്ങോട്ട് എണ്ണിത്തുടങ്ങണം'

തുടർന്നെഴുതിയ വരികൾ തടഞ്ഞു കളഞ്ഞതായി കണ്ടു. അവസാനത്തെ വരികൾ വായിച്ചെടുക്കാൻ ക്ലേശിക്കേണ്ടി വന്നു.

'..അവനു മുന്നറിയിപ്പുകൊടുത്തു. എന്റെ കണക്കുകൂട്ടൽ പിഴയ്ക്കാറില്ല. പുതു ജീവിതത്തിലേക്ക് കാലെടുത്തു വയ്ക്കുന്നതിന്റേതാവാം, അവന്റെ കണ്ണുകളിൽ ഭയത്തിന്റെ അടയാളങ്ങൾ മിന്നുണ്ടായിരുന്നു.'

തുടർന്നുള്ള ഏതാനും താളുകൾ ശൂന്യമാണ്...

പിന്നീടെഴുതുന്നത് വിവാഹത്തലേന്നാണ്:

'നാളെയാണ് ഞങ്ങളുടെ വിവാഹം, എന്റേതും.. സിസിലിയുടേതും..'

തിരികെവച്ച സ്വകാര്യ ഡയറി സിസിലി വീണ്ടുമെടുത്തു. അതിൽ വിവാഹത്തിനോടടുത്ത ദിനങ്ങൾ തുറന്നു... ആ താളുകളൊക്കെ ശൂന്യമായി കണ്ടു. വിവാഹത്തലേന്നും പിറ്റേന്നുമടക്കം ഒന്നും കുറിച്ചിട്ടില്ല.

സോഷ്യൽഡയറിയിലും വിവാഹദിനത്തിൽ ഒന്നുമെഴുതിയിട്ടില്ല. തൊട്ടടുത്ത ദിവസം ഇങ്ങനെ മാത്രം കാണാം :

'എന്റെ കണക്കുകൂട്ടൽ പിഴച്ചില്ല. അവൻ ഇല്ലാതായി '

ആ ഡയറിയിലും അതിനു ശേഷം ഒന്നും എഴുതിയിട്ടില്ല.

ഏറെ നേരം സിസിലിക്ക് സ്വബോധം നഷ്ടപ്പെട്ടിരിക്കണം. വിങ്ങൽ മാറിവന്നപ്പോൾ ദേഹമാകെ വിയർത്തതായി കണ്ടു. വേഷം മാറി. പുറപ്പെടാനുള്ള ഉദ്ദേശ്യത്തോടെയാണ് വസ്ത്രം ധരിച്ചത്..

ചിത്രേശ്വരന്റെ സോഷ്യൽഡയറിയിൽ നിന്നും വിവാഹദിനത്തിലെ ഒഴിഞ്ഞ പേജു പറിച്ചെടുത്തു. അതിലെഴുതി, എഴുതരുതാത്തത്. എഴുതിത്തീർന്ന നിമിഷംതന്നെ വെളിയിൽ ചിത്രേശ്വരൻ അലിഖയുമൊത്ത് വാഹനത്തിൽ വന്നിറങ്ങി.

'അമ്മേ' എന്നു വിളിച്ചു കൊണ്ട് അലിഖ അകത്തേക്കു പാഞ്ഞു വന്നു. അലിഖയും ചിത്രേശ്വരനും ആദ്യമായി കണ്ടതിന്റെ അതിരറ്റ ആവേശം രണ്ടുപേരിലും തുളുമ്പി നിൽക്കുകയാണ്. പുതുമുഖങ്ങളുടെ പ്രകാശം രണ്ടാളിലും പ്രതിഫലിക്കുന്നുണ്ട്.

ആ പ്രസന്നത വകവയ്ക്കാതെ സിസിലി ക്രൂദ്ധയായ മട്ടിൽ അലിഖയെ വാരിയെടുത്തു. മറ്റൊന്നും പറഞ്ഞില്ല, അതേ വണ്ടിയിൽ മകളേയും കൊണ്ട് അവൾ മറഞ്ഞു.

പോയവഴിയിൽ നിന്ന് പകൽ വെളിച്ചം തെറിച്ചുമാറി. സൂര്യൻ തുപ്പിയ കറുത്ത പുക അവിടമാകെ പരന്നു.

ചിത്രേശ്വരന് കഥയൊന്നും പിടികിട്ടിയില്ല. സമയത്തിന്റെ അതിസാന്ദ്രഭാവം തൊട്ടറിഞ്ഞു. സംഭവിക്കരുതാത്തതൊക്കെ സംഭവിക്കുന്നതുപോലെ. അവൻ അകത്തു കയറി. പിടയുന്ന ഒരു ഡയറിത്താൾ മേശമേൽ കണ്ടു:

'പാതിരി പറഞ്ഞതിൽ പതിരില്ല... നിങ്ങളാണ് അവന്റെ ഘാതകനെന്ന് അദ്ദേഹം വെളിപ്പെടുത്തിയിരുന്നു. ഇന്നതു വിശ്വാസമായി. ഞാൻ തിരിച്ചു പോകുന്നു. ഇനിയൊരിക്കലും നമ്മൾ തമ്മിൽ കാണരുത്.'

ആ കുറിപ്പിലേക്ക് അവൻ ഒരു വട്ടം കൂടി നോക്കി. കനൽത്തരികൾ നിരത്തിവച്ചതു പോലെ സന്ദേശം എരിയുന്നതു കണ്ടു. തീ അവന്റെ ഹൃദയത്തിലേക്കു പടർന്നു. ആളിക്കത്തുംമുമ്പെ ഹൃദയം പറിച്ചെടുത്ത് കൊടുംശൂന്യതയിലേക്കു വലിച്ചെറിയുവാൻ തോന്നി..

ഇനി കാലമില്ല..,

പ്രണയത്തിന്റെ പൗരാണികവംശം പരക്കെ കത്തിച്ചാമ്പലാവുകയാണ്.

ഭൂമിയിലെ ഒരേയൊരു കുറ്റവാളി താൻ മാത്രമാണെന്ന് അവന് തീർച്ചയായി.. മറ്റെല്ലാവരും, എല്ലാവരും എത്ര നിരപരാധികൾ ..

വിവാഹവും ഒരു പ്രതിവിധിയായില്ല. വേർപിരിയുന്നവർക്ക് അവരവരുടെ ഏകാന്തതയിലേക്ക് തിരികെ പോകാനാവുമോ.. വിവാഹമോചനവും പരിഹാരമല്ല.

മരണവുമല്ല. മരിച്ചാലും പരിഹരിക്കപ്പെടില്ലെന്നുറപ്പുള്ള ഒരു വേദന അവനെ മൂടി. മരിക്കാതെ അത് അതിജീവിക്കാനുമാവില്ല.

വിപരീതവിചാരങ്ങൾ യുദ്ധം മുറുക്കി.

സന്ധ്യാവിരിപ്പിൽ അന്നത്തെ സൂര്യൻ ചത്തുകിടന്നു. ഇനി പുനർജനിക്കാത്ത വിധം അതിന്റെ ശേഷക്രിയകൾ ആകാശത്ത് നടക്കുന്നുണ്ടാവണം. ഇരുട്ടിന് അത്രയേറെ പൊള്ളൽ..

സംഭവങ്ങളറിഞ്ഞ അഗസ്റ്റസ് പാതിരി തന്റെ മുന്നിൽ തുറന്നുകിടന്ന വേദപുസ്തകം അടച്ചുവച്ചു.

ആ ചുണ്ടുകൾ മന്ത്രിച്ചു:

വിവാഹമോചനവും സ്വർഗത്തിൽ നടക്കുന്നു.

കുരിശിലേറ്റപ്പെട്ട കുരിശ്

സിസിലി ചിത്രേശ്വരനോടു പിണങ്ങിപ്പോന്ന രാത്രി, മൂന്നിടത്ത് അന്ധകാരച്ചുഴികളുണ്ടായി. സിസിലിയുടേയും ചിത്രേശ്വരന്റേയും അഗസ്റ്റസ് പാതിരിയുടേയും കിടപ്പുമുറികളിൽ.

ഇരുട്ടിന്റെ ഉരഗപഞ്ജരങ്ങൾ ഇഴഞ്ഞു കയറിയിട്ടും മൂന്നുപേരുടേയും വാതിലടഞ്ഞില്ല. മുറിയിൽ വെളിച്ചം പരന്നില്ല. മൂന്നുപേരും ഉറങ്ങിയതേയില്ല.

ചിത്രേശ്വരൻ മലർന്നു കിടന്ന് തന്റെ ഭാരം ശൂന്യതയിലേക്ക് അയച്ചു വിട്ടു.

സിസിലി കമിഴ്ന്നു കിടന്ന് ഒരണുവായി ഘനീഭവിച്ച് പൊട്ടിത്തെറിക്കാൻ കാത്തു കിടന്നു.

പാതിരി കിടക്കാനേ ചിന്തിച്ചില്ല. ചാരുകസേരയിൽ തന്നെ ഇരുന്നു. ശരീരമൊപ്പമില്ലാത്ത ആ ഇരുത്തത്തിൽ തന്റെ വിശ്വാസങ്ങളെ ആദ്യമായി അയാൾ മാറ്റിയിരുത്തി.

ചിത്രേശ്വരനെ അപരാധിയായി ആദ്യം മുദ്രകുത്തിയത് താനാണ്. ആ വിശ്വാസത്തിലെത്താൻ സംശയങ്ങളുടേതായ കടമ്പകൾ കടക്കേണ്ടി വന്നതുമില്ല. അവൻ ഒരന്യമതസ്ഥനാണെന്ന ഘടകം ഒരുപക്ഷെ തന്റെ നിഗമനത്തെ ത്വരിതപ്പെടുത്തിയിരിക്കാം.. മുൻവിധിയുടെ വേരുപടലങ്ങൾ അന്ധതകളെ ചുറ്റിയാണല്ലോ വളരുന്നത്. സ്വതന്ത്രമായ നിരീക്ഷണരീതികൾക്ക് വിശ്വാസപ്രമാണങ്ങൾ വിലങ്ങിടുന്നു.

വിശ്വാസമെന്നത് പൂർണമായും വെളിപ്പെടാത്ത ദൈവരഹസ്യമാണ്. വചനങ്ങൾക്കും ക്രിയകൾക്കും കീഴ്പ്പെടാത്ത ഒരസംഭവ്യതയെ അബോധത്തിൽ പ്രതിഷ്ഠിക്കാനുള്ള കുറുക്കുവഴിയുടെ സ്വഭാവമുണ്ട

തിന്.

നിന്റെ വിശ്വാസം നിന്നെ രക്ഷിക്കുമെന്ന് ക്രിസ്തു ആവർത്തിച്ച സന്ദർഭങ്ങളെപ്പറ്റി പാതിരി ചിന്തിച്ചു:

ഗലീലിയൻ കടൽക്കരയിലൂടെ രോഗശുശ്രൂഷകളുമായി സഞ്ചരിക്കുകയാണ് ക്രിസ്തു. ജോർദാനിൽ ചെന്ന് യോഹന്നാൻ മുഖേന ജ്ഞാനസ്നാനം സ്വീകരിച്ച ശേഷം സ്വന്തം ദേശത്ത് അവതാര ദൗത്യമാരംഭിച്ച ഘട്ടത്തിൽ തദ്ദേശവാസികൾ ആ പ്രവാചകനെ അംഗീകരിച്ചിരുന്നില്ല.

'സ്വദേശത്തും ബന്ധുജനങ്ങൾക്കിടയിലും സ്വഭവനത്തിലുമല്ലാതെ പ്രവാചകൻ അവമതിക്കപ്പെടുന്നില്ലെന്ന് യേശു അവരോടു പറഞ്ഞു. ഏതാനും രോഗികൾക്കാശ്വാസമേകാനല്ലാതെ മറ്റത്ഭുതമൊന്നും അവിടെ ചെയ്യാൻ അവനു സാധിച്ചില്ല. അവരുടെ വിശ്വാസരാഹിത്യത്തെ അവൻ വിസ്മയിച്ചു.' (മർക്കോസ്: 6:4-6)

പിന്നാലെ വിശ്വാസത്തിന്റെ ചട്ടക്കൂടു പണിതുണ്ടാക്കി. വിധിയുടെ കലയെ ആവോളം പ്രവർത്തിപ്പിച്ചു. മനുഷ്യമനസ്സിന്റെ ജന്മാന്തരസംഹിതകളെ അടയാളങ്ങളാക്കി.

'യേശു പറഞ്ഞു: അടയാളങ്ങളും അത്ഭുതങ്ങളും കാണുന്നില്ലെങ്കിൽ നിങ്ങൾ ഒരിക്കലും വിശ്വസിക്കുകയില്ലല്ലോ' (യോഹന്നാൻ: 4:48)

നിങ്ങൾ ആദ്യം വിശ്വസിക്കൂ, തൊട്ടുപിന്നാലെ സത്യം നിങ്ങളെ നിർമിക്കും.

പന്ത്രണ്ട് വർഷം രക്തസ്രാവത്താൽ കഷ്ടപ്പെട്ട സ്ത്രീയോട് യേശു പറഞ്ഞു: 'നിന്റെ വിശ്വാസം നിന്നെ രക്ഷിച്ചിരിക്കുന്നു.' അവനെ തൊട്ടാൽ രോഗം മാറുമെന്ന അവളുടെ വിശ്വാസം അവനെ ഒന്നു സ്പർശിച്ച മാത്രയിൽ സാധൂകരിക്കപ്പെട്ടിരുന്നു.

ഗലീലിയിലെ കാനായിലെത്തിയപ്പോൾ കഫർണാമിലെ ഒരു രാജസേവകനോട്, അയാളുടെ മകൻ മരണമുഖത്താണെന്നറിഞ്ഞ് പറഞ്ഞതും ഇതായിരുന്നു: 'നീ വിശ്വസിച്ചതു പോലെ നിനക്കു ഭവിക്കട്ടെ'. മകൻ ജീവിക്കുമെന്ന് യേശു പ്രവചിച്ച അതേ മണിക്കൂറിൽ അയാളുടെ ഗൃഹത്തിൽ മകൻ സുഖം പ്രാപിച്ചു.

രണ്ട് അന്ധരോടും ഇതു തന്നെ ആവർത്തിച്ചു: 'നിങ്ങളുടെ വിശ്വാസം പോലെ നിങ്ങൾക്കു ഭവിക്കട്ടെ.'

അവരുടെ കാഴ്ച തെളിഞ്ഞു.

വിശ്വാസം പ്രതിഷ്ഠാപനത്തിന്റെ പ്രത്യയശാസ്ത്രമായി മാറി; ലോകം കീഴടക്കി. അതിന്റെ പ്രതാപത്തിൽ ആഗോളസഭകൾ അര

ങ്ങു വാണു. മൂലധനത്തിന്റെ വേദങ്ങൾ അടിസ്ഥാന മൂല്യങ്ങളായി. സത്യസിദ്ധാന്തങ്ങൾ വ്യാഖ്യാനപരമായി. രാഷ്ട്രീയ ഭരണഘടനകൾ വിശ്വാസഗണിതങ്ങളാൽ വിഗ്രഹിക്കപ്പെട്ടു. വിശ്വാസപരമായ അജണ്ട കൾ അധികാരത്തേയും ഭരണകൂടത്തേയും വശീകരിച്ചു. രോഗവും രോഗപ്രതിരോധവും വിശ്വാസത്തിന്റെ വൈറസുകൾ പുനരുൽപാദി പ്പിച്ചു കൊണ്ടിരുന്നു. അടിമയാക്കപ്പെട്ടവരുടെ മനസ്സ് വിശ്വാസസ്വാത ന്ത്ര്യത്തിന്റെ അതിരുകളെ ആദർശമാക്കി.

സിസിലി-ചിത്രേശ്വരൻ ദാമ്പത്യത്തെ തുടക്കത്തിലേ സംഘർഷ ത്തിലേക്ക് തള്ളിയിട്ടതിന് താനാണ് കാരണക്കാരൻ. തന്റെ വിശ്വാ സം അതേപടി സിസിലിക്ക് പകർന്നു നൽകിയത് തെറ്റ്. സോളമന്റെ മൊഴികൾ അതപ്പടി താൻ മുഖവിലക്കെടുത്തത് തെറ്റ്. ചിത്രേശ്വരനാ ണ് കൊലപാതകിയെന്ന തിയറിയുടെ അവകാശി യഥാർഥത്തിൽ താ നായിരുന്നില്ലെ.

ആ തിയറി ഇനിയെങ്കിലും കണിശമായി തെളിയിക്കപ്പെടേണ്ടിയി രിക്കുന്നു.

ഫോണിനടുത്തു ചെന്ന് അധികം വിളിച്ചുപരിചയമില്ലാത്ത ഒരു നമ്പർ ഡയൽ ചെയ്തു. ഒരു ബാല്യകാല സുഹൃത്തിനെ. മറുതലയ് ക്കൽ ഇൻസ്പെക്ടർ ജനറൽ ഓഫ് പോലീസിന്റെ ഫോൺ ശബ്ദിച്ചു...

സോളമൻ വധക്കേസ് വീണ്ടും വാർത്തകളിലിടം പിടിച്ചു. സ്പെ ഷൽ സ്ക്വാഡിന്റെ അന്വേഷണം സംസ്ഥാനാന്തര കണ്ണികളെ കൂട്ടി ച്ചേർത്തു. ഒടുവിൽ കേസ്ഡയറി പൂരിപ്പിക്കപ്പെട്ടു.

യഥാർഥപ്രതികൾ പോലീസിന്റെ വലയിലകപ്പെട്ടതായുള്ള സൂച നകളുമായി വാർത്ത പുറത്തു വന്ന ദിവസം അഗസ്റ്റസ് പാതിരിക്ക് പോലീസ് ചീഫിന്റെ ഫോൺകാൾ വന്നു, ഒരു ഉച്ചനേരത്ത്.

കൊലയാളിസംഘത്തിലെ പ്രധാനി ആ നേരത്ത് അച്ചന്റെ തൊട്ടു മുന്നിൽ ഹാജരുണ്ടായിരുന്നു. കൊലയാളിയുടെ കുമ്പസാരം തുട ങ്ങാനിരിക്കെയാണ് റസീവർ മുരണ്ടത്.

“ഇങ്ങനെ ചാഞ്ചാടരുതച്ചോ..”

പോലീസ് മേധാവി സ്വല്പം നർമസ്വരത്തിലാണതു പറഞ്ഞത്.

എന്തു പറയണമെന്നാലോചിച്ച് ഒന്നു പരുങ്ങിയ മട്ടിൽ പാതിരി പറഞ്ഞു.

“പറഞ്ഞാലും പ്രിയസ്സാറെ..”

“ആദ്യഘട്ടത്തിൽ ഈ കേസ്സിന്മേലുള്ള അന്വേഷണം ദുർബലപ്പെ ടുത്താനായിരുന്നല്ലോ അച്ചൻ ആഗ്രഹിച്ചത്. ഇപ്പോഴെന്തേ ഈ മ

നംമാറ്റം."

"അന്നു പ്രതിയാരെന്ന് എനിക്കു നിശ്ചയമുണ്ടായിരുന്നു. അവനല്ലെന്ന് ഇന്ന് എന്റെ മനസ്സാക്ഷി പറയുന്നു. യഥാർഥത്തിൽ എന്റെ വിശ്വാസങ്ങളാണ് സത്യാന്വേഷണങ്ങളെ വിലക്കിയതെന്നു ബോധ്യപ്പെട്ടു. അതാണ് അവിടേക്കു തന്നെ വിളിച്ചത്. അന്വേഷണത്തിന്റെ പുരോഗതിയെപ്പറ്റി വാർത്തകൾ പലതും കണ്ടു."

"അന്വേഷണം അവസാന ഘട്ടത്തിലാണ്. ഒന്നോരണ്ടോ ദിവസങ്ങൾക്കിടെ അറസ്റ്റുണ്ടാവും"

ഫോൺ സംഭാഷണം അവസാനിച്ച ശേഷം വികാരിയച്ചൻ കുറ്റവാളിയെപ്പോലെ നിൽക്കുന്ന അലക്സാണ്ടറിനു നേരെ തിരിഞ്ഞു.

അവൻ ജീവച്ഛവം കണക്കെ വിളറിയിരിക്കുകയാണ്:

"അച്ചോ, രക്ഷിക്കണം. സോളമന്റെ രക്തത്തിൽ എനിക്കും പങ്കുണ്ട്."

പാതിരി പതിയെ ഒന്നു ചിരിച്ചു കൊണ്ടു പറഞ്ഞു:

"അവനെ വധിക്കാൻ ഗൂഢാലോചന നടന്നിട്ടുണ്ടെന്ന് പറഞ്ഞ് കാവൽ ഏല്പിച്ചത് തന്നെയല്ലെ."

"അതെ, അച്ചോ. അന്ന് യഥാർഥത്തിൽ ഗൂഢാലോചനക്കാർ ഞങ്ങളായിരുന്നു."

അതു കേട്ടപ്പോൾ വികാരിയച്ചന്റെ മുഖം വിളറി. വലതുകരം പതുക്കെ ഉയർന്നു. ളോഹക്കുമീതെ ജപമാലയിൽ ഭാരമായി തൂങ്ങുന്ന ക്രൂശിതരൂപം തൽസ്ഥാനത്തുണ്ടെന്ന് ഉറപ്പു വരുത്തുംമട്ടിൽ അതിന്മേൽ തൊട്ടു.

"അപ്പോൾ അവന്റെ കൊലയാളി നീയോ?"

"കാലവരക്കുന്നിൽ നാട്ടിയ കുരിശ് അവൻ പിഴുതെറിഞ്ഞപ്പഴേ ഞങ്ങൾ നോട്ടമിട്ടതാ"

"എന്തായിരുന്നു നിങ്ങൾ കാട്ടിക്കൂട്ടിയത്, വിശദമായി പറയൂ.. ?"

"മാത്യുകുര്യനും ജോണിക്കുട്ടിയും ഫിലിപ്പുമാണ് ദൗത്യത്തിനുണ്ടായത്. ഒരാഴ്ച മുമ്പേ മൂന്നുപേരും കാണാമറയത്ത് പാർക്കുകയായിരുന്നു. മലഞ്ചരക്കുമായി കോയമ്പത്തൂരിൽ പോയെന്നാണു പ്രചരിപ്പിച്ചത്. ആ രാത്രി അവർ പുറത്തിറങ്ങി. സംഭവസ്ഥലത്ത് കൃത്യത്തിനായി അവരെ ചുമതലപ്പെടുത്തിയ ശേഷം ഞാൻ പോലീസ് സ്റ്റേഷൻ ലക്ഷ്യമിട്ടു. സോളമനെ അവർ വെട്ടിയപ്പോളുയർന്ന ഒച്ച പോകുംവഴി കേട്ടു. വിവരം പോലീസിനെ അറിയിച്ചത് ഞാനാണ്. അവരു മൂന്നാളും ആ രാത്രി തന്നെ കോയമ്പത്തൂരേക്ക് വണ്ടി കയറി."

വിവരണം കേട്ടുകഴിഞ്ഞ ശേഷം വലിയവികാരി കസേരയിലിരുന്നു.

“അവർ പിന്നീട് തിരിച്ചു വന്നില്ലേ”

“ഇല്ല, ഇതുവരെ യാതൊരറിവുമില്ല.”

വികാരിയച്ചന്റെ വാക്കുകളിൽ വിവശത കലർന്നു:

“ഈ വിവരങ്ങൾ അന്വേഷണ സംഘത്തിനു കിട്ടിക്കാണുമോ?”

“സോളമനെ രാത്രി വീട്ടിൽ നിന്നിറക്കിക്കൊണ്ടുവന്നത് ജോണിക്കുട്ടിയാണ്. അവനെ അങ്ങോട്ടു പറഞ്ഞു വിട്ടത് ഞാനും. ജോണിക്കുട്ടിയെ പോലീസ് കസ്റ്റഡിയിലെടുത്തിരിക്കുകയാണ്. അവരിനി എന്നെ തേടി വരും.”

അന്നുരാത്രി അഗസ്റ്റസ് പാതിരി പോലീസ് ഐ.ജി.യുടെ നമ്പർ ഒരിക്കൽക്കൂടി ഡയൽ ചെയ്തു.

മറുതലയ്ക്കൽ അതിനുംമുമ്പേ മറുപടി റെഡി.

“അച്ചോ, പ്രതികളെ കണ്ടെത്തി. രണ്ടു പേർ കസ്റ്റഡിയിലാണ്. ഒരാളെ കൂടി കിട്ടാനുണ്ട്.”

വലിയ വികാരിക്ക് പൊടുന്നനെ കിതപ്പു വന്നു. പറയാൻ കരുതിയ വിഷയം നാവിൽ നിന്നും അകത്തേക്കു വഴുതി. അലക്സാണ്ടറിനെ അപ്പാടെ വിഴുങ്ങിയ പോലെ അച്ചനു ശ്വാസം മുട്ടി..

“ഹലോ, ഹലോ....” പോലീസ് മേധാവി ആവർത്തിച്ചുകൊണ്ടിരുന്നപ്പോൾ വികാരിയച്ചൻ തൊണ്ട നനച്ചു കൊണ്ടു പറഞ്ഞു:

“പറയൂ, മി: വിശ്വനാഥൻ ”

“രണ്ടുദിവസം മുമ്പ് ആന്ധ്രപോലീസിൽ നിന്നും ചില വിവരങ്ങൾ ലഭിച്ചിരുന്നു. ശ്രീകാകുളത്തുനിന്നും മറ്റൊരു കേസ്സുമായി ബന്ധപ്പെട്ട് കസ്റ്റഡിയിലെടുത്ത റവല്യൂഷണറി വാർ ഗ്രൂപ്പിന്റെ രണ്ടുപേർ സോളമനെ കൊലപ്പെടുത്തിയ സംഗതിയും വെളിപ്പെടുത്തുകയുണ്ടായി. കൊലയാളിസംഘത്തിൽ മൂന്നാമതൊരാൾ കൂടിയുണ്ട്. അയാളെ പിടികൂടാനുണ്ട്. കസ്റ്റഡിയിലായവരെ കേരളാ പോലീസിനു വിട്ടുകിട്ടാൻ വേണ്ട നടപടികൾ നീക്കിയിരിക്കുകയാണ്.”

ഗുഡ്നൈറ്റ് ശബ്ദത്തോടെ മറുതലയ്ക്കൽ ഫോൺ നിലച്ചിട്ടും അഗസ്റ്റസ് പാതിരി അതേ നില്പ് തുടർന്നു. രാത്രിഘടികാരം പതിനൊന്നു കടന്നതിന്റെ പെൻഡുലം മുഴങ്ങിത്തീരും വരെ.. ചിന്താക്രാന്തമായ അലകളൊഴിഞ്ഞപ്പോൾ ചിത്രേശ്വരന്റെ മുഖമാണ് മനസ്സിൽ തെളിഞ്ഞത്. സോളമന്റെ പ്രാണനോടു കൂറു കാട്ടിയ മഹാനീതിമാനായ ഒരുവനുനേരെ താനെന്തു കൊടുംപാപമാണ് കാട്ടിയത്. താൻവഴി

സംവിധാനം ചെയ്യപ്പെട്ട ഒരു സംഭവമായേ ആ കൊലയെ കരുതാനാവൂ.. അസഹനീയമായ ഒരു ചൂടൻപ്രവാഹം തനിക്കുചുറ്റും വലയമിടുന്നതായി വലിയ വികാരിക്കനുഭവപ്പെട്ടു.

ളോഹയഴിച്ചു വച്ച് ഒരു ചുവന്ന മേലങ്കിയണിഞ്ഞു.

പാതിരി പൊടുന്നനെ ഒരു കറുത്ത കുരിശായി രൂപപ്പെട്ടു.

യേശുവിൽ യഹൂദർ ചാർത്തിയ കുറ്റം 'അവൻ തന്നത്തന്നെ ദൈവപുത്രനാക്കിയെന്നതായിരുന്നു'

ഇവിടെ അഗസ്റ്റസ് പാതിരി കുറ്റവിമുക്തനാവാൻ തന്നത്തന്നെ കുരിശാക്കി മാറ്റിയിരിക്കുകയാണ്. ആ കുരിശ് രാവിന്റെ അനധികൃതവഴിയിലൂടെ, കാലവരക്കുന്നിലേക്ക് സ്വയം സഞ്ചരിച്ചു.

മുമ്പുണ്ടായ സംഘർഷങ്ങൾക്കു ശേഷം വീണ്ടുമൊരു കുരിശ് ഈ രാത്രിയിൽ അവിടെ നാട്ടപ്പെട്ടു. ഈ കുരിശിൽ നിന്ന് ചോരയൊഴുകിയില്ല.

ഭൂമി കുലുങ്ങിയില്ല,

പാറകൾ പിളർന്നില്ല,

ശവകുടീരങ്ങൾ തുറക്കപ്പെട്ടില്ല.

ഉയിർത്തെഴുന്നേല്പുമില്ല.

കേസ്സന്വേഷണഫലങ്ങൾ പത്രങ്ങളിൽ നിറഞ്ഞിരുന്നു. സത്യം സിസിലിയുടെ കാതിലുമെത്തി.

അവൾ ഉടനെ ചിത്രേശ്വരനെ തേടി പുറപ്പെട്ടു. ആദ്യം അവന്റെ വീട്ടിലെത്തി. വീട് അടഞ്ഞുകിടക്കുകയാണ്. ശൂന്യതയുടെ ഗന്ധം വിഹരിക്കുന്നു... അവൾ ചിത്രമല ഗാലറിയിലുമെത്തി, അവിടവും ശൂന്യതയുടെ തരംഗം മാത്രം.

ആശയോ നിരാശയോ അവൾക്കു തോന്നിയില്ല ..

അവിടെ നിന്നും തിരിച്ചു.

"ആരാ "

ആരോ ശബ്ദിച്ചതു പോലെ.

തിരിഞ്ഞു നോക്കി. അപ്പോഴും ഗാലറി തുറന്നതായി കണ്ടില്ല. കൊടുംകാട്ടിലെ കിളിക്കൂടു കണക്കെ അതു മൗനഭേദങ്ങൾ കാട്ടി.

പൂന്തോപ്പിന്റെ ഭാഗത്തു നിന്നും ഒരാൾ കയറി വന്നു.

"ചിത്രേശ്വരന്റെ–"

അയാളുടെ ചോദ്യഭാവം ശ്രദ്ധിച്ച് സിസിലി വളരെ സ്പഷ്ടമായി മറുപടി പറഞ്ഞു:

"ചിത്രേശ്വരന്റെ ഭാര്യ"

“നിങ്ങൾ വന്നാൽ തരാൻ ഒരു കത്ത് ഏല്പിച്ചിരുന്നു. ഒരു മാസമായി. അദ്ദേഹം ഏതോ യാത്രയിലാണ്..”

അവൾ ആ കത്ത് ഏറ്റുവാങ്ങി. തുറന്നു നോക്കിയില്ല. വീട്ടിൽ തിരിച്ചെത്തി വേദപുസ്തകത്തിന്റെ അവസാന പുറത്ത് ഭദ്രമായി വച്ചു. തുറന്നു വായിക്കാതെ..

മനസ്സു പറഞ്ഞു:

അവൻ ആത്മഹത്യ ചെയ്യില്ല. ഒന്നിലേറെ കുരിശേറ്റപ്പെട്ടവൻ എന്തിന് ആത്മഹത്യ ചെയ്യണം. ആത്മഹത്യ അവനെ സംബന്ധിച്ച് ഏറ്റവും വിലകെട്ട രീതി.

മറ്റേതെങ്കിലും വിധത്തിൽ അവസാനിച്ചാലും ഇനിയും അവൻ ഉയിർത്തെഴുന്നേൽക്കും. ആദ്യം എനിക്കരികിലെത്തും. കാരണം അവനോട് ഏറ്റവും വലിയ പാപം കാട്ടിയവൾ ഞാനാണ്.

ജന്മാന്തരങ്ങളിൽ ആ പാപത്തെ വെല്ലാൻ കഴിയുന്ന ഒന്നുമുണ്ടാവില്ല.

പരിശുദ്ധാത്മാവിന്റെ രചന

ശ്മശാനത്തിലെ ഒരു രാത്രിയിൽ മൂന്നു പ്രേതങ്ങൾ ഒത്തുകൂടി. പരിസരമാകെ ശൂന്യതയുടെ അലങ്കാരങ്ങൾ മാത്രം. അരൂപിശബ്ദങ്ങളോ അപവെളിച്ചങ്ങളോ വികലഭാവങ്ങളോ സ്പർശിക്കാത്ത പ്രകൃതി.

പറന്നു വന്ന് നിലമടിച്ചു വീണ് മൂളിച്ചയറ്റ കരിവണ്ടുകളെപ്പോലെ ആദ്യം മൗനത്തിന് തുടക്കം കുറിച്ചത് അഗസ്റ്റസ് പാതിരിയാണ്. തൊട്ടുപിന്നാലെ ചിത്രേശ്വരൻ മൗനിയായി. അടുത്ത നിമിഷം സോളമനും മൗനം ഭജിച്ചു.

മൗനത്തിലൂടെയാണ് മൂവരുടേയും വിനിമയം. ആത്മഗതം അവർക്ക് അന്യോന്യം അറിയാൻ കഴിയുന്നു.

അഗസ്റ്റസ് പാതിരി : "മക്കളെ, നിങ്ങൾക്കു സൗഖ്യമല്ലെ ."

ചിത്രേശ്വരൻ: "മക്കളെന്ന പ്രയോഗം നമ്മുടെ ചട്ടങ്ങൾക്കിണങ്ങുന്നതല്ല. നാമെല്ലാമിവിടെ സമപ്രായക്കാരാണ്. പിറന്നുവീണതു പ്രായം .അതിനു പിന്നെ മാറ്റമില്ല. വയസ്സ് നിശ്ചലമാണ്. അച്ചന് മൂപ്പൻ സ്ഥാനത്തിനു വകുപ്പില്ല."

സോളമൻ: "സൗഖ്യവും ആത്മാക്കളുടെ വിഷയമല്ല. രോഗബാധിതമായ ആത്മാവുകളെയാണ് നമ്മൾ മനുഷ്യരെന്നു വിളിക്കുന്നത്. ആയുസ്സ് അവസാനിക്കുന്നതോടെ ഒരാൾ മനുഷ്യനല്ലാതായില്ലെ."

അഗസ്റ്റസ് പാതിരി: "യൗവനത്തിന്റെ അഹംഭാവമാണ് രണ്ടുപേർക്കും. അനുഭവങ്ങൾ പൂർത്തീകരിക്കാതെ മരിച്ചാൽ ഇങ്ങനെയൊക്കെയുണ്ടാകും."

ചിത്രേശ്വരൻ: "മരണമോ? പ്രാണനുള്ളവരെ ബാധിക്കുന്ന ആ പദം നമുക്കെങ്ങനെ സങ്കല്പിക്കാനാവും."

അഗസ്റ്റസ് പാതിരി: "മനുഷ്യൻ അവരുടെ ജനനത്തെ എങ്ങനെ കണക്കാക്കുന്നുവോ, അതേ കാഴ്ചപ്പാടിൽ നമുക്ക് മരണത്തേയും വീക്ഷിക്കാം"

സോളമൻ: "ഇത്തരം ചർച്ചക്കാണോ ഈ പാതിരാവിൽ ഒത്തുകൂടിയത്. ഈ വിനോദം നമുക്ക് മനുഷ്യർക്ക് വിട്ടുകൊടുക്കാം."

അഗസ്റ്റസ് പാതിരി: "വിഷയത്തിലേക്കു വരാം. കുമ്പസാരക്കൂട്ടിൽ നിങ്ങൾ രണ്ടു പേരും പൂർണമായും വെളിപ്പെടുത്താത്ത പലകാര്യങ്ങളുണ്ട്. അവ തുറന്നു പറയാനുള്ള വേദിയാണിത്."

ചിത്രേശ്വരൻ: "അതു നിങ്ങൾ പള്ളിക്കാരുടെ നിയമം. ഞാൻ വിശ്വനിയമം അനുസരിച്ചു ജീവിക്കുന്നവനാണ്. സ്വന്തം മനസ്സാക്ഷിയേക്കാൾ പദവിയുള്ള ദൈവമില്ല"

അഗസ്റ്റസ് പാതിരി: മനസ്സാക്ഷി തിരുസഭയെ ഏല്പിച്ച് ധ്യാനരഹസ്യങ്ങൾ കൊന്തയിലെ പ്രാർഥനാമണികളിൽ നിറച്ച് പൗരോഹിത്യശുശ്രൂഷക്കിറങ്ങിയവരാണ് ഞങ്ങൾ. വിശുദ്ധസഭയാണ് മനസ്സാക്ഷിയേക്കാൾ വലിയ കോടതി "

സോളമൻ: "ഒരാൾ സഭയിൽ സമർപ്പിക്കപ്പെട്ടയാൾ, രണ്ടാമൻ പാർട്ടിയിലും. സ്വതന്ത്രനാവാനുള്ള അവകാശം എനിക്കു മാത്രമാണ്. എന്നിട്ടും മൂന്നുപേരുടേയും മനസ്സാക്ഷി സിസിലിയെ ഭ്രമണം ചെയ്തു"

അഗസ്റ്റസ് പാതിരി: "അതു ഞാൻ നിഷേധിക്കുന്നു."

സോളമൻ: "അച്ചോ, ഇത് പ്രപഞ്ചത്തിന്റെ കുമ്പസാരക്കൂടാണ്. അച്ചനല്ല ഇവിടെ ഇടയശ്രേഷ്ഠൻ. സത്യങ്ങൾ കേൾക്കുന്ന ശീലമല്ലാതെ പറയുന്ന പ്രകൃതമില്ലേ.."

അഗസ്റ്റസ് പാതിരി: "മകളോടു കാട്ടിയ വാത്സല്യത്തിന് മറ്റൊരു ധ്വനി കല്പിക്കാതിരുന്നാലും."

സോളമൻ: "സത്യത്തെ അനുഭവിക്കാനും ആവിഷ്കരിക്കാനും അച്ചനിനിയും പരിശീലിക്കേണ്ടിയിരിക്കുന്നു."

ചിത്രേശ്വരൻ ഈ സമയത്ത് വിഷാദമുഖരമായ ഏതോ മാറ്റൊലിയിൽ അഭയം തേടുകയായിരുന്നു.

സംഭാഷണവിഷയം മാറ്റുവാനുള്ള ഒരിടപെടൽ നടത്തി.

"വികാരങ്ങൾക്കെല്ലാം തനതും നിശ്ചിതവുമായ പ്രകാരങ്ങളുണ്ട്. ഓരോ വികാരവും, വിഷാദമായാലും ആഹ്ലാദമായാലും, അതേതു പേരിലായാലും, അതാത് അതിരുകളിൽ ഉൾപ്പെടണം. പേരുകളില്ലാത്ത, പരിചിതമല്ലാത്ത വികാരങ്ങളുമുണ്ട്. ആ വികാരങ്ങൾക്കും ഒരു ചരിത്രമുണ്ട്."

സോളമൻ: "ഒരാളുടെ വികാരം മറ്റൊരാൾ വായിച്ചെടുക്കുമ്പോൾ മറ്റൊന്നാകാം. വികാരമായകളിൽ വശംകെട്ടുപോയ ഒരായുസ്സിന്റെ മോ

ക്ഷമായിരുന്നു ഞാൻ."

ചിത്രേശ്വരൻ: "അതിന്റെ പിഴയല്ലേ എന്റെ ആയുസ്സ് "

സോളമൻ: "സിസിലിയുടെ മനസ്സാക്ഷി ചിത്രനാണെന്നറിഞ്ഞ നാൾ തൊട്ട് എന്റെ മനസ്സാക്ഷി എന്നെ കൈവിട്ടിരുന്നു. നൈതികതയെ മറികടക്കാനുള്ള ഒരു വാശി അന്നുതൊട്ട് എന്നെ നയിച്ചു."

ചിത്രേശ്വരൻ: "ആ വാശി അതിദാരുണമായി വേട്ടയാടിയത് ആരെയൊക്കെ "

അഗസ്റ്റസ് പാതിരി: "നിങ്ങൾ തമ്മിൽ തിരിച്ചറിയപ്പെട്ടുവോ?"

സോളമൻ: "അന്ധത മൂടിയത് എന്നെയായിരുന്നു. ചിത്രേശ്വരൻ എന്നെ അറിഞ്ഞിരുന്നു. അവൻ അറിയാതെ പോയത് സിസിലിയെയാണ്. എനിക്കാവട്ടെ, ചിത്രേശ്വരനെ തിരിച്ചറിയാൻ ജീവൻ പകരം നൽകേണ്ടി വന്നു."

അഗസ്റ്റസ് പാതിരി: "ആ രാത്രിയിൽ യഥാർത്ഥത്തിൽ എന്താണു സംഭവിച്ചത്?"

സോളമൻ: "അന്നു രാത്രി ജോണിക്കുട്ടി വിളിച്ചപ്പോൾ ഞാൻ തിരക്കിട്ട് വീട്ടിൽ നിന്നിറങ്ങി. അടിയന്തിരമായി അരമനയിലെത്താൻ അച്ചൻ ആവശ്യപ്പെട്ടുവെന്നാണ് പറഞ്ഞത്. ഞങ്ങളുടെ ആദ്യരാത്രി അച്ചനെ അസ്വസ്ഥപ്പെടുത്തുന്നതു കൊണ്ടാവാം, മറ്റൊരാവശ്യവുമായിരിക്കില്ലെന്നായിരുന്നു വഴിമധ്യേ ഞാൻ ചിന്തിച്ചത്. മകളെന്ന വിശുദ്ധവികാരത്തിനപ്പുറത്ത് ഏതോ വിധിരഹസ്യം അച്ചനെ നയിച്ചിരുന്നതായി ഞാൻ നിരീക്ഷിച്ചിരുന്നു. അത്തരമശുഭവിചാരങ്ങൾ കീഴടക്കിയപ്പോളാണ് മൂന്നു മുഖംമൂടികൾ ഞങ്ങളെ വളഞ്ഞത്. ആയുധം കാട്ടി ജോണിക്കുട്ടിയെ അവർ തുരത്തി. അവൻ പോയെന്നുറപ്പായപ്പോൾ സംഘം മുഖംമൂടി മാറ്റി. അതിലൊരാളെ എനിക്ക് അടുത്തറിയാം. റവല്യൂഷണറി വാർ ഗ്രൂപ്പിൽ എന്റെ സഹപ്രവർത്തകനായിരുന്നു. വർഗവഞ്ചകരെയാണ് ആദ്യം ഉന്മൂലനം ചെയ്യേണ്ടതെന്നും വർഗശത്രുവിനോടുള്ള പ്രതികാരത്തിന്റെ പരിശീലനമാണതെന്നും എന്നെ വധിക്കുന്നതിനു മുന്നോടിയായി അവൻ പറഞ്ഞു തീർത്തു."

നിലവിളിയുടെ ഭീകരമായ അലർച്ച അവിടെ മുഴങ്ങി. ശ്മശാനം പല ഭൂപടങ്ങളായി ചിതറി. ശബ്ദ പ്രളയത്തിനിടയിൽ അഗസ്റ്റസ് പാതിരി ഉയിർത്തെഴുന്നേറ്റു. അരമനയിലേക്ക് നടന്നു നീങ്ങി.

ചിത്രേശ്വരന്റെ ആത്മാവ് അവന്നരികിലേക്കു തന്നെ തിരിച്ചുപോയി. സിസിലിയുടെ അരികിലെത്താൻ കൊതിക്കുകയാണ് അവൻ.

സോളമന്റെ ആത്മാവ് ശ്മശാനത്തിൽ ഒറ്റപ്പെട്ടു.

മൂന്നാം ചിറക്

"അച്ഛന്റെ മകൾ, അവൾ വരും .."

നോവലിന്റെ കയ്യെഴുത്ത് കോപ്പി വായിച്ച് തിരിച്ചു തന്നു കൊണ്ട് സുഹൃത്ത് വാസന്തി പറഞ്ഞു.

ഞാൻ ചിരിച്ചു:

"ആരുടെ അടുത്തേക്ക്?"

"ചിത്രേശ്വരന്റെ "

"അദ്ദേഹം മരിച്ചു കഴിഞ്ഞില്ലെ?" ഞാൻ വെറുതെ ചോദിച്ചു.

"ഇല്ല.. അയാൾക്ക് അതിനു സാധിക്കില്ല. സിസിലിയോടൊന്നിച്ചേ മരിക്കാനാവൂ ..."

"അത് ഞാനും വിശ്വസിക്കുന്നു."

"പക്ഷെ, ആ അധ്യായം പൊരുത്തക്കേടുണ്ടാക്കുന്നു. ആത്മാക്കളുടെ കൂടിച്ചേരൽ.. മരിക്കാത്ത ചിത്രേശ്വരന്റെ കാര്യത്തിൽ..? "

വാസന്തി അത് പറഞ്ഞപ്പോൾ ഒരു കൂട്ടം ചിത്രശലഭങ്ങൾ പറന്നു വന്നു.

"മരിച്ചയാളുടെ ആത്മാവുമായി മരണതുല്യം ജീവിച്ചിരിക്കുന്ന ചിത്രേശ്വരന്റെ ആത്മാവിനു ഒത്തുചേരാം. കാരണം അവന്റെ ആത്മാവു സ്വതന്ത്രമായി കഴിഞ്ഞതാണ്. ഇപ്പോൾ അയാളുടെ ശരീരം, എവിടെയാണെങ്കിലും സ്വപ്നാടനത്തിലെന്ന പോലെ ആടി നടക്കുകയാവും.. മകൾ അയാൾക്കരികിലെത്തട്ടെ. സിസിലിയും ചിത്രേശ്വരനും ഒന്നിക്കട്ടെ. അവർക്കിടയിൽ ലിഖയും അലിഖയും ഇരട്ടക്കുട്ടികളായി ജീവിക്കട്ടെ. എന്റെ ആഗ്രഹവും അതാണ്.."

"പക്ഷെ, ഞാനത് ആഗ്രഹിക്കുന്നില്ല."

വാസന്തി അങ്ങനെ പറഞ്ഞപ്പോൾ ഒരു മിന്നൽ എവിടെയോ പാളി..

വിണ്ണിൽ മുങ്ങിപ്പോയ ഒരിടിമുഴക്കത്തിന്റെ അതിരിൽ നിന്നെന്ന പോലെ അവളുടെ നാവിൽ നിന്ന് ഇതുകൂടി കേട്ടു .

"ചിത്രേശ്വരൻ നിങ്ങളാണെന്ന ഒരു തോന്നൽ എന്നെ വേട്ടയാടുന്നു. സിസിലിയെന്ന കഥാപാത്രം കടന്നു വരുമ്പോഴെല്ലാം എനിക്കു ചുറ്റും കൊടുങ്കാറ്റു വീശാറുണ്ട് "

മുറിവേറ്റ മൂന്നാം ചിറകായി..

•••

www.ingramcontent.com/pod-product-compliance
Lightning Source LLC
LaVergne TN
LVHW060138051026
849517LV00007B/2511
9789393397249